D1680135

தேவதைக்கோட்டை அகழ்வாராய்ச்சி

தேவதைக்கோட்டை அகழ்வாராய்ச்சி

திருமாறன் இராதாகிருஷ்ணன்

PEN BIRD™
PUBILCATIONS

+91 8220063246 | penbirdpublications@gmail.com | www.penbird.in

தேவதைக்கோட்டை அகழ்வாராய்ச்சி
திருமாறன் இராதாகிருஷ்ணன்©

Devadhaikottai Agazhvaraaichi
Thirumaran Radhakrishnan ©

முதல் பதிப்பு - செப்டம்பர் 2024

PB #29	- சிறுகதைகள்	ISBN: 978-81-979546-5-8
வடிவமைப்பு	- நா.கௌசிகன்	Rs. 160

Printed by: Real Impact Solutions, Chennai – 600 004.

இந்நூலின் எந்தவொரு பகுதியையும் ஆசிரியர் மற்றும் பதிப்பாளரின் எழுத்து பூர்வ அனுமதியின்றி அச்சு மற்றும் மின்னணு வழியே நகல் எடுப்பது, ஒலிப்பதிவு செய்து வெளியிடுவது, துண்டுப் பிரசுரமாக அச்சிட்டு வெளியிடுவது போன்ற செயல்கள் பதிப்புரிமைச் சட்டத்தின்படி தடை செய்யப்பட்டுள்ளது.

பொருளடக்கம்

என்னுரை	7
1. அந்த நாள் ஞாபகம்	9
2. ஆண்டு 4052	14
3. காணவில்லை	20
4. அழிவின் பயணம்	30
5. திருமணங்கள் சொர்க்கத்தில் நிச்சயிக்கப்படுகின்றன	38
6. சந்திப்பு	45
7. மூன்று கொலைகளின் கதை	50
8. தேவதைக்கோட்டை அகழ்வாராய்ச்சி	81
9. வெட்டியான் கோவில்	98
10. மனநோய்	110
11. தலைதந்த ஈகையாளன்	114
12. நகர்வலம்	125

என்னுரை

நான் இளங்கலை தமிழ்ப் படித்துக்கொண்டிருந்தபோது எங்கள் ஆங்கிலப் பேராசிரியர் முனைவர்.ரேஷ்மி அவர்கள் மொழிப்பாடம் கற்பவர்கள் அனைவரும் நிச்சயம் மொழி சார்ந்து ஏதாவது செய்யவேண்டும் என்று கூறினார். அன்றுதான் முதன்முதலில் 'நாம் கதை எழுதினால் என்ன?' என்று எனக்குத் தோன்றியது. முதல் கதை எழுதிவிட்டு நண்பர்களுடன் பகிர்ந்தபோது அவர்களுள் சிலர் கதை நன்றாக இருக்கிறது என்று கூறினர். அப்பொழுது தொடங்கி ஐந்து வருடங்கள் இடைவெளியில் அவ்வப்பொழுது எழுதியக் கதைகளின் தொகுப்புதான் இந்தப் புத்தகம்.

என் கதைகள் இன்று புத்தகமாக வெளிவரும் இந்தத் தருணத்தில் என் வாழ்வில் இப்பொழுது என்னுடன் தொடர்பில் இல்லாத நல்ல மனிதர்கள் பலரும், என் பள்ளி ஆசிரியர்கள் பலரும் என் நினைவில் வந்து செல்கின்றனர். என்றாவது என்னுடைய இந்தப் புத்தகம் பற்றிக் கேள்விப்பட்டால் நிச்சயம் மகிழ்ச்சியடைவார்கள்.

என் கதைகளை ரசித்து, இந்தப் புத்தகத்தை வெளியிட முன்வந்த 'பென்பேர்டு' பதிப்பக உரிமையாளர் நா.கௌசிகன் அண்ணா அவர்களுக்கு என் சிரம் தாழ்ந்த நன்றிகள். அவரிடம் என்னை அறிமுகப்படுத்திய மா.அன்புகரன் அண்ணா அவர்களுக்கும் என் மனமார்ந்த நன்றிகள். என்றும் சமரசமில்லா ரசனைகளை

வளர்த்துக்கொள்ள உதவிய பேராசிரியர் பாரதிபிரகாஷ் சண்முகவேலு அவர்களுக்கு ஏகலைவனின் கட்டைவிரலாக இந்தப் புத்தகம். என்னை எப்பொழுதும் ஊக்குவிக்கும் என் நண்பர்கள் சந்தோஷ் விஷ்ணு, நவீன் பிரசாத், சீனியர் தமிழ்செல்வன் அண்ணா அவர்களுக்கும், என் பெற்றோர் வெ.இராதாகிருஷ்ணன் - புஷ்பராணி, தங்கை காவியா ஆகியோருக்கும் எண்ணிலடங்கா நன்றிகள்.

உழைப்பால் உண்டான களைப்பை நீக்கவே கலை. தம் உழைப்பால் ஈட்டிய பொருள் கொண்டு என் கலையை வாசிக்க வாங்கிய அன்பு நெஞ்சங்களுக்கும் என் பணிவான நன்றிகள்.

என்றும் அன்புடன்,
திருமாறன் இராதாகிருஷ்ணன்

அந்த நாள் ஞாபகம்

எதிர்பாராமல் அவளை அந்தக் காபி ஷாப்பில் சந்திப்போம் என ரகு கனவிலும் நினைக்கவில்லை. தன்னையே ஒருமுறை கிள்ளிப் பார்த்துக்கொண்டான். வலிக்கிறது, நிஜம்தான்!

நினைவு தப்பி 15 ஆண்டுகள் பின்னோக்கிச் செல்வதாக அவனுக்குள் ஒரு பிம்பம் தோன்றியது.

இளையான்குடி என்னும் அழகிய கிராமத்தில் தன் சிறுவயதில் ஓடி, ஆடித் திரிந்தவன் ரகுநந்தன் பார்த்தசாரதி. தந்தை பார்த்தசாரதி, ஊரில் அனைவர் மரியாதையையும் பெற்ற அரசுப் பள்ளித் தலைமை ஆசிரியர். தாய் வள்ளியம்மை, தனியார் பள்ளி ஆசிரியை.

ரகுநந்தனும் அவனது தங்கை காவேரியும், தனது அம்மா வேலை செய்த தனியார் பள்ளியிலேயே படித்து வந்தனர். அங்குதான் ராதையும் படித்து வந்தாள். ராதையும் ரகுவும் சிறுவயது முதல் ஒரே வகுப்பிலேயே படித்துவந்தாலும் ஒருவரை ஒருவர் 8ஆம் வகுப்புவரைத் தெரியாது. 8ஆம் வகுப்புப் படிக்கும்போது எப்படியோ இருவரும் பேசிக்கொள்ள நட்புத் தொடங்கியது. அதிலும் காவேரிதான் ராதையுடன் அதிக நெருக்கம்.

9ஆம் வகுப்பில்தான் இந்த நட்பு வேறொன்றாக உருவெடுத்தது. ரகுவின் தோழர்கள், "என்னடா ராதா கூடவே எப்போ பாரு பேசுற, என்ன விஷயம்?" எனக் கிண்டலடிக்க, 'அப்படியெல்லாம் ஒன்னுமில்லை' என ரகு சமாளித்தான். தாக்குதல்கள் அதிகமாகவும்

"ஆமாடா அப்படித்தான். எனக்கு அவளை ரொம்பப் புடிக்கும்" எனத் தன் வாயாலேயே ஒப்புக்கொண்டான் ரகு. "தைரியம் இருந்தால் அவகிட்ட போய் சொல்லுடா" என மேலும் நண்பர்கள் உசுப்பேத்த, "நாளைக்கு அவகிட்ட சொல்லி உங்க மூஞ்சியில கரிய பூசுறேன்டா" என வீராவேசமாக சபதம் செய்து வீட்டுக்குப் போனான்.

அடுத்தநாள் காவேரிக்கு உடம்பு சரியில்லை வழக்கம்போல ரகுவும், ராதையும் வீட்டுக்குத் திரும்பி வரும் பாதையில் நடந்து வந்துகொண்டிருந்தனர். நண்பர்களிடம் செய்த சபதத்தை எப்படி நிறைவேற்றுவது எனத் தவித்துக்கொண்டிருந்தான் ரகு.

"உன்கிட்ட... ஒ... ஒ... ஒன்னு சொல்லணும்" என்று தயங்கித்தயங்கி கூறினான் ரகு.

"சொல்லுடா" என ஒற்றை வார்த்தையில் கூறினாள் ராதா.

"நா இப்படி சொன்னேன்னு வேற யார்கிட்டயும் சொல்லக்கூடாது."

"நீ இப்படிச் சொன்ன அப்பறம் நான் ஏன் வெளிய சொல்லப்போறேன்? சொல்லு."

"இல்லை இங்க வேணாம் கொஞ்சதூரம் போய் சொல்றேன்."

சிறிதுதூரம் மௌனம் மட்டும் வழித்துணையாக தூரம் கடந்தது.

"வீடு வரப்போகுது சொல்லுடா."

"யார்கிட்டயும் சொல்லக்கூடாது" என்று பதின்பருவத்துக்கே உரிய பதட்டத்துடன் சொன்னான் ரகு.

"நீ சொல்லவே வேணாம் ஆளவிடு சாமி."

"போகாத சொல்றேன் காத குடு."

காதை நீட்டிய அவளிடம் மெல்லிய குரலில் 'ஐ லவ் யூ' என்று கூறினான். "போடா லூசு" என்று சிரித்தபடி கூறியவள், அவளது வீட்டை நோக்கி ஓடிவிட்டாள். இந்தப் பதிலை எவ்விதம் எடுத்துக்கொள்வது எனத் தெரியாமல் குழப்பத்துடன் வீட்டிற்குச் சென்றான்.

அடுத்தநாளில் இருந்து இருவரிடமும் பெரிய மாறுதல்களைக் காணமுடிந்தது. நன்றாக சிரித்துப்பேசும் ரகு, ராதை வந்தால் மட்டும் சிறிது அமைதிகாத்தான். எப்பொழுதும் அமைதியாக இருக்கும்

ராதா, ரகு அருகில் இருந்தால் யாரையும் நிமிர்ந்துகூட பார்க்காமல் இருந்தாள். இருவரிடமும் நெருங்கிப் பழகிய அனைவருக்கும் விஷயம் புரிந்துவிட்டது.

தோழர்கள் வட்டாரத்தில் ரகு 'ஹீரோ' ஆகிவிட்டான். பின்ன, அவர்கள் வகுப்பின் முதல் காதல் நாயகன் என்றால் சும்மாவா! தோழிகள் ராதா, காவேரியின் நெருக்கம் இன்னும் அதிகமாகிவிட்டது. ராதா ரகுவை காதலிக்கிறாளா? காவேரியை காதலிக்கிறாளா? என்னும் அளவு நெருங்கிவிட்டார்கள்.

ரகு ராதையுடன் பேசுவதற்கு மிகவும் தயங்கினாலும் ராதையின் தந்தை குடித்துவிட்டு வீட்டில் பிரச்சனை செய்யும் நேரங்களில் அவளுக்கு ஆறுதலாக இருப்பதும், அவள் படிப்பில் பின்தங்கும்போது அவளுக்குச் சொல்லிக்கொடுப்பதுமாக அவளுக்குப் பக்க பலமாகவே இருந்தான்.

இப்படியாக அவர்கள் அன்பு, பட்டும் படாமலும் 10ம் வகுப்பு தேர்வுவரை சென்றுகொண்டிருந்தபோதுதான் இருவரையும் இருவேறு இடிகள் தாக்கின.

ரகுவின் அப்பா ரகு மற்றும் காவேரியின் மேற்படிப்பைக் கணக்கில்கொண்டு சென்னைக்கு விருப்ப மாறுதல் வாங்கிவிட்டார். அதேநேரத்தில் அதிகக் குடியின் காரணமாக ராதையின் தந்தை அகால மரணமடைந்தார். அவளுக்கு ஆறுதல் சொல்லக்கூட அவனால் முடியவில்லை. அதன்பிறகு 15 ஆண்டுகள் உருண்டோடி இப்போதுதான் அவளைப் பார்க்கிறான்.

தான் இருக்கும் மேஜைக்கு ரகுவை வரும்படி சைகை செய்தாள் ராதா. அருகில் சென்றவன் தயங்கியபடி நின்றான்.

"உக்காருனு சொன்னாதான் உக்காருவியா?" என்றாள் சிரித்தபடி, நாற்காலியை இழுத்துப்போட்டு அவளுக்கு எதிரில் கூனிக்குறுகி அமர்ந்தான்.

"எப்படி இருக்க ராதா?"

"நல்லா இருக்கேன் ரகு. நீயும் பாக்க ஆள் அடையாளமே தெரியாம நல்லா மாறி இருக்க."

"பாத்து 15 வருஷம் ஆச்சுல அதான் அப்படி இருக்கும். உன்கிட்ட ஒன்னு கேட்கலாமா ராதா?"

"கேளு"

"உனக்கு என்மேல கொஞ்சம்கூட கோவம் இல்லையா ராதா?"

"15 வயசு ரகு... என் அப்பா எங்களை விட்டுட்டு செத்துப் போய்ட்டாரு. உலகம் தெரியாத வயசு. ஆறுதல் சொல்லவேண்டிய அம்மாவே ரொம்ப உடஞ்சுபோய் இருந்தாங்க. இவ்வளவு சோகத்துக்கு மத்தியிலையும் நீ வருவ, எனக்கு ஆறுதல் சொல்லுவன்னு வாசலப்பாத்து உக்காந்து இருந்தேன். மூனுநாள் ஆச்சு நீங்க ஊரவிட்டுப் போய்ட்டீங்கன்னு செய்தி எனக்குத் தெரியவர" என்றாள் பெருமூச்சுடன்.

"மன்னிச்சுடு ராதா. நான் எவ்வளவோ ட்ரை பண்ணேன் உன்ன வந்து பாக்க, முடியல" என்றான் ரகு.

"பரவால்ல ரகு. உன்னாலயும் அப்போ என்ன செஞ்சு இருக்க முடியும். இத நெனச்சு வருத்தப்படாத."

"உங்க அப்பா இறந்ததுக்கு அப்பறம் என்ன ஆச்சு ராதா?"

"தாய்மாமாகூட கோயம்புத்தூர் போய்ட்டோம். அங்கயே படிச்சேன். வேலைத்தேடி சென்னை வந்தேன். இதோ இப்போ ஆப்போசிட்ல இருக்க ஐ.டி. கம்பெனில வேலை செய்றேன். நீ என்ன வேலை செய்ற?"

"நான் இங்க பக்கத்துல ஒரு காலேஜ்ல ப்ரொபசரா இருக்கேன்."

"உனக்கு ஏத்த வேலைதான். காவேரி எப்படி இருக்கா?"

"அவளுக்குக் கல்யாணம் ஆகிடுச்சு. ஃபேமிலியோட திருச்சில இருக்கா. ஒரு பையன், ஒரு பொண்ணு."

"கடைசியா பாக்கும்போது அவளே குழந்தை மாதிரிதான் இருந்தா. இப்போ அவளுக்கே குழந்தை இருக்குன்னு சொல்ற. வருஷம் எவ்ளோ சீக்கிரம் போய்டுச்சுல!"

"நான் ஒன்னு கேட்டா தப்பா நெனச்சுக்கமாட்டில ராதா?"

"முதல்ல இந்த மூனாவது மனுஷன் மாதிரி பேசாம ஒழுங்கா பேசு. எதுவா இருந்தாலும் கேளு ரகு."

"நீ கல்யாணம் பண்ணிக்கலயா ராதா?" என்று ரகு கேட்டவுடன் சத்தமிட்டு சிரித்தாள் ராதா.

"ஏன் ராதா சிரிக்குற?" எனப் பாவமாகக் கேட்டான் ரகு.

"நீயும் என் அம்மா மாதிரியே பேசுற அதான் சிரிப்பு வந்துருச்சு. என்னைக் கல்யாணம் பண்ணிக்க சொல்லி வீட்ல ரொம்பப் போர்ஸ் பண்ணாங்க. நான் அதுல விருப்பம் இல்லாம வேலை செய்றேன்னு சென்னைக்கு ஓடிவந்துட்டேன். நீ கல்யாணம் பண்ணிக்கலயா ரகு?"

“ரொம்பநாள் வரை கல்யாணம் எல்லாம் வேணாம்னுதான் பிடிவாதமா இருந்தேன். திடீர்னு அப்பாக்கு உடல்நிலை ரொம்ப மோசமா ஆகிடுச்சு. எனக்குக் கல்யாணம் ஆனா தான் அப்பா நிம்மதியா கண்ணை மூடுவார்னு உறவுக்காரப் பொண்ணு ஒருத்தியைப் புடிச்சு அவசரமா கல்யாணம் பண்ணி வச்சுட்டாங்க. இப்போ இரண்டு குழந்தைங்க ஆகிடுச்சு; ட்வின்ஸ்” என்று மென்று விழுங்கி கொஞ்சம்கொஞ்சமாக சொல்லி முடித்தான்.

தான் அவனை வரச்சொல்லி கூப்பிட்டபோது அவன் ஏன் அவ்வளவு தயங்கினான் என அவளுக்குப் புரிந்தது. “குழந்தைங்க பேர் என்ன ரகு?” எனக் கேட்டாள் ராதா.

“பையன், ‘ராதாகிருஷ்ணன்’, பொண்ணு, ‘கோகுலராதா’” என்று அவன் சொல்லிமுடித்தபோது இருவர் கண்களிலும் நீர்துளிர்த்திருந்தது.

ஐஐ

ஆண்டு 4052

அமைதியாக தூங்கிக்கொண்டிருந்த பன்னிரண்டு வயது ரோஹித் அறையில் நள்ளிரவு இரண்டு மணிக்கு திடீரென்று ஒரு கண்ணைப் பறிக்கும் ஒளி மின்னியது. தூக்கம் கலைந்து எழுந்த ரோஹித் முன் மிகவும் அவலட்சணமான, ஒல்லியான மனிதன் நின்றிருந்தான். அவனுக்குப் பின்னால் ஒரு பெரிய மஞ்சள்நிற வட்டம் இருந்தது.

"நீங்க யாரு?" என்று கேட்டான் ரோஹித்.

"நான் எதிர்காலத்துல இருந்து வரேன், நீங்க கேக்குற கேள்விக்கு எல்லாம் என்னால பதில் சொல்லமுடியும். பட், அதெல்லாம் புரிஞ்சுக்க நீங்க தயவுசெஞ்சு என்கூட வரணும்" என்றான் அந்த மனிதன்.

திடீரென்று நடந்த இந்த அதிசயத்தை நம்பமுடியாமலும், அந்த மனிதனின் அழைப்பை மறுக்கமுடியாமலும் அவனருகில் சென்றான் ரோஹித். அந்த மனிதன், தான் அணிந்திருப்பது போன்றே ஒரு உடையை ரோஹித்துக்குக் கொடுத்தான். கூடவே ஒரு ஹெல்மெட்டையும் கொடுத்தான். இருவரும் அந்த மஞ்சள் ஒளி வெள்ளத்துக்குள் புகுந்தனர். ஒரு நிமிடத்துக்கு ரோஹித்துக்கு கண்கூசி எதுவும் தெரியவில்லை. அவன் கண்களை நன்கு திறந்தபின், "வெல்கம் டூ 4052 B.C" என்றான் அந்த மனிதன்.

இருவரும் ஏதோ ஒரு குகைபோன்ற தாழ்வான அமைப்புமுன் நின்றிருந்தார்கள். ரோஹித், தான் அணிந்திருந்த ஹெல்மெட்டைக்

கழற்ற முயன்றான். விரைந்து அவன் கையைப் பிடித்துத் தடுத்த அந்த மனிதன், "இந்த ஹெல்மெட்டைக் கழட்டுனா ரொம்பப் பெரிய ஆபத்து. இதைக் கழட்ட முயற்சிப் பண்ணாதீங்க ப்ளீஸ்" என்றான்.

"நாம பூமியிலதான இருக்கோம்?" என்று சந்தேகத்துடன் கேட்டான் ரோஹித்.

"ஆமா. ஆனா, உங்க காலத்துக்கு ரொம்பப் பின்னாடி இருக்கீங்கன்னு மறந்துடாதீங்க. அது ஒரு பெரிய கதை. கொஞ்சகொஞ்சமா சொல்றேன். என் பின்னாடியே வாங்க" என்றான் அந்த மனிதன்.

அந்தக் குகை வாசலில் சென்று அதை மூடியிருந்த பெரும்பாறையை நோக்கி முகத்தைக் காட்டினான் அந்த மனிதன். 'T.S - 2042 Access granted' என்ற ஒலியுடன் அந்தப் பாறை நகர்ந்து வழிவிட்டது. ரோஹித்தை உள்ளே அழைத்துச் சென்றான் அந்த மனிதன். அது குகைதான், ஆனால் சிறிது மாறுதல்கள் ஏற்படுத்தப்பட்டிருந்தன. இரண்டு மேஜைகள் இருந்தன. அவற்றில் இதுவரை ரோஹித் பார்த்திராத பலப் பொருட்கள் இருந்தன. அந்த ஈரமான குகை சுவர்கள் பச்சைநிறத்தில் ஒளியை உமிழ்ந்து கொண்டிருந்தன.

"எப்படி இந்தச் சுவர் எல்லாம் லைட் கொடுக்குது? ரேடியம் மாதிரி ஏதாவது ரசாயணமா?" என்று கேட்டான் ரோஹித்.

"இல்லை. இதெல்லாம் ரொம்ப அறியவகை கடல்பாசிகள். இருட்டில் ஒளிக் கொடுக்கக்கூடியத் தன்மை இதுங்களுக்கு உண்டு. கடல்ல இருந்து எங்களுக்கு உருப்படியா கெடைக்குற ஒரே விஷயம் இப்போ இதுதான்" என்றபடி ஒரு வட்டமான, தட்டையான இரும்புத்தட்டு மீது ரோஹித்தை ஏறும்படி சைகை செய்தான் அந்த மனிதன்.

எதுவும் புரியாமல் அதன்மேல் ரோஹித் ஏறிநின்றபின் 'To the primary lab' என்று உரக்கக் கட்டளையிட்டான் அந்த மனிதன். அந்த தட்டு மெதுவாக, மிக மெதுவாக நகர்ந்து சென்றது.

"கடலுக்கு என்ன ஆச்சு?" என்றான் ரோஹித்.

"எல்லாம் labக்குப் போன அப்பறம் தெளிவா சொல்றேன்."

"அட்லீஸ்ட் நம்ம ஏறி நிக்குறோமே இது என்னதுனாவது சொல்லுங்களேன்."

“இது gravity repulsor. புவியீர்ப்பு விசைக்கு எதிரானத் தற்காலிகமான விசையை இது வெளிப்படுத்தி மேல எழும்பும். இதை, இப்படி ரிமோட் மூலம் கட்டுப்படுத்தலாம்” என்று இயக்கிக் காட்டினான் அந்த மனிதன்.

அவர்கள் சென்ற வழி எங்கும் மரம், செடி, கொடி என்று பச்சையின் அடையாளம் எங்கும் இல்லை. சுற்றி இடிந்துகிடந்த கட்டிடங்களின் எச்சங்கள் மட்டுமே காணப்பட்டன.

இவர்கள் சென்ற தட்டு நேராக ஒரு கட்டிடத்தின் கீழே சென்று ஒரு கதவின்முன் நின்றது. கதவு திறந்தபின் உள்ளே சென்றது. அந்த தட்டு சென்று நின்ற இடத்தில், அதேபோன்ற பலத் தட்டுகள் இருந்தன.

தன்னைப் பின்தொடரும்படி ரோஹித்துக்கு சைகை செய்துவிட்டு முன்னால் நடந்தான் அந்த மனிதன். சிறிதுதூரம் குறுகலான வழியில் நடந்தபின் அவர்கள்முன் ஒரு பிரம்மாண்டமான குகை இருந்தது. இதுவும் அந்தக் குகையைப் போன்றே பச்சையாக ஒளிர்ந்தது. ஆனால், இது அந்தக் குகையைவிட பிரகாசமாக இருந்தது. இவனைப் போன்றே நிறையபேர் அங்கே பல மேஜைகளில் ஏதேதோ பொருட்களைக் கொண்டு வேலை செய்துகொண்டிருந்தனர். ஒவ்வொருவரும் ஒவ்வொரு மாதிரி இருந்தனர். யாரும் எவருடனும் பொருந்தும்படி இல்லை.

“என்னுடைய அறைக்குப் போகலாம் வாங்க” என்று ரோஹித்தை அழைத்துக்கொண்டு அவனுடைய அறைக்குச் சென்றான் அந்த மனிதன். அவன், அங்கே இருந்த மனிதனிடம், “T.K - 3352 இவருக்குச் சாப்பாடு கொண்டுவாங்க” என்று கட்டளையிட்டான்.

“உங்களுக்கு எல்லாம் பேர் இல்லையா? என்னை எல்லாரும் ரோஹித்னு கூப்பிடுவாங்க. உங்களுக்கு அப்படி எதும் இல்லையா?” என்று கேட்டான் ரோஹித்.

“இல்லை, எங்களுக்குள்ள எல்லாமே குறிப்புப் பெயர்கள்தான்.”

“ஏதோ தீவிரவாத அமைப்பு மாதிரி பேசுறீங்க, பரவாயில்லை. ஒவ்வொருவரும் ஒவ்வொரு மாதிரி இருக்கீங்க. ஆனா, எல்லாரும் ஒரே மொழிதான் பேசுறீங்க, நான் பேசுறதும் உங்களுக்குப் புரியுது. நீங்க பேசுறதும் எனக்குப் புரியுது. தமிழ், இங்கிலீஷ் மொழிகள்தான் இப்போவரை இருக்குதா?”

"இல்லை எங்களுக்குனு எந்த மொழியும் இல்ல. நாங்க செய்யுறது எல்லாமே வெறும் ஒலிக்குறிப்பு மட்டும்தான். எல்லாருடைய உடையிலும் Universal translatorனு ஒரு கருவி பொருத்தியிருக்கும். நீங்க இப்போ போட்டிருக்க உடையிலயும் அது இருக்கு. அதான் எல்லாம் புரியுது."

பேசிக்கொண்டிருக்கும்போதே ஒரு மனிதன் கையில் ஒரு சிறிய தட்டில் சூப் போன்ற ஒன்றைக் கொண்டுவந்து ரோஹித்திடம் வைத்தான். அது பார்ப்பதற்குப் பச்சையாக கொலகொல என்று இருந்தது. ஆர்வத்தில் அதை எடுத்துக் குடித்தான் ரோஹித். குமட்டும் மணத்துடனும், மண்போன்ற சுவையுடனும் இருந்த அதைக் குடிக்க முடியாமல் வேகமாக கீழே வைத்தான்.

"என்ன இது? இதையெல்லாம் எப்படித்தான் சாப்பிடுறீங்களோ? எங்க அம்மா வைக்குற இட்லி, சாம்பார்கூட இதுக்குப் பரவாயில்லை போல" என்றான்.

"எங்களுக்குக் கிடைக்குற பொருட்களை வைத்து எங்களால இதைத்தான் செய்ய முடியுது. இதைத்தான் பல வருஷங்களா சாப்பிடுறோம்."

"எனக்கு இங்க நடக்குற எதுவும் புரியல. தயவுசெஞ்சு இப்போவாவது எல்லாமே சொல்லுங்களேன்" என்று கேட்டான் ரோஹித்.

"சொல்றேன். இதுவரை மனிதர்கள் சொன்னதுலயே பெரிய பொய் எதுன்னு உங்களுக்குத் தெரியுமா?" என்றான் அந்த மனிதன், என்ன சொல்வதென்று தெரியாமல் விழித்தான் ரோஹித்.

"நானே சொல்றேன். அறிவியல் கண்டுபிடிப்புகள் எல்லாமே மனித வாழ்க்கைய வளப்படுத்தக் கண்டுபிடிக்கப்பட்டதுன்னு சொல்றதுதான் இதுவரை மனிதர்கள் கேட்டதுலயே பெரிய பொய். 21ஆம் நூற்றாண்டுல இருக்க நீங்கதான் மக்கள் அதை நம்ப பெரியக் காரணம்."

"என்ன சார் இப்படி அபாண்டமா எங்கமேல பழியப் போடுறீங்க? என்ன நடந்ததுன்னு தெளிவாச் சொல்லுங்க."

"அதைச் சொல்லி எச்சரிக்கை செய்யத்தான் உங்களை இங்க கூட்டி வந்தேன். நீங்க வாழுற காலத்துல இருந்துதான் பூமியோட அழிவுக்காலம் தொடங்குச்சு. மக்களோட அடிப்படைகளைப் பாதுகாக்காம ஆடம்பரமான வாழ்க்கையை எல்லா நாடுகளும்

ஆதரிக்க ஆரம்பிச்சாங்க. மக்கள்தொகை எவ்வளோ கஷ்டப்பட்டும் கட்டுக்குள்ள வரல. ஆனா, இங்க இருக்க வாழ்க்கைய கண்டுக்காம space சம்பந்தமான ஆராய்ச்சிகளுக்கு முக்கியத்துவம் கொடுத்தாங்க. ஒரு கட்டத்துல மக்கள்தொகைக்கு ஏத்தமாதிரி எல்லாருக்கும் வேலை கிடைக்கல. இயற்கை வளங்கள் எல்லாம் அதிகமா சுரண்டப்பட்டன. எல்லாரும் பயந்த மாதிரி உணவு, தண்ணீர்க்காக மூன்றாம் உலகப்போர் வந்தது. எல்லா நாட்டுலயும் அரசாங்கங்கள் உடஞ்சுபோச்சு. மக்கள் இஷ்டப்படி நடக்க ஆரம்பிச்சாங்க. பூமி உலகப்போர் காரணமா அதிகமாப் பாதிக்கப்பட்டது. நீர், காற்று, நிலம்னு எல்லாமே நஞ்சா மாறிடுச்சு. சுவாசிக்குற காற்றுல நஞ்சு கலந்த காரணத்துனால மக்கள் மனநிலை பிரள ஆரம்பிச்சுது. அதுனாலதான் உங்களுக்கு நான் இந்த உடை, ஹெல்மெட் குடுத்து இருக்கேன். பூமியப் பழையபடி மாத்தவும், இப்போ இருக்க நிலைமையை முன்கூட்டியே எச்சரிச்சு உங்களத் தயார்ப்படுத்தவும் தான் தப்பிச்சுப் பிழைச்ச நாங்க மட்டும் இப்படிப் பதுங்கி ஆராய்ச்சி செஞ்சுட்டு இருக்கோம். மிருகங்கள் மாதிரி அலையுற மத்த மனுஷங்ககிட்ட இருந்து தப்பிக்குறதே எங்களுக்கு ரொம்பக் கஷ்டமா இருக்கு. நான் கண்டுபுடிச்ச time machine வச்சு கடந்தகாலத்துக்குப்போய் எச்சரிக்கதான் இப்போ முயற்சிப் பண்ணிட்டு இருக்கோம்” என்று அந்த மனிதன் சொல்லச்சொல்ல அவர்கள்முன் இருந்த மேஜையில் அது தொடர்பானப் படங்கள் வந்து சென்றன.

“இதையெல்லாம் மாத்த என்ன வழின்னு உங்களுக்குத் தெரியுமா?” என்று ரோஹித் கேட்டுக்கொண்டிருக்கும்போதே அந்த குகை முழுவதும் சிவப்புநிறமாக மாறத்தொடங்கியது.

“நீங்க உடனடியாத் திரும்பிப்போயாகணும். அவுங்க நம்மள பின்தொடர்ந்து வந்து நம்மள சுத்தி வளச்சுட்டாங்க” என்று கத்தியபடி மற்ற மனிதர்களுக்கு ஆயுதம் எடுத்துத் தயாராக இருக்கும்படி கட்டளையிட்டான் அந்த மனிதன். அவர்கள் வந்த குறுகலான வழியில் ஏராளமானக் காலடிச் சப்தங்கள் கேட்கத் தொடங்கின.

“என்ன செய்யணும்னு நீங்க சொல்லவே இல்லையே” என்று கேட்டான் ரோஹித்.

“எங்களை காப்பாத்துங்க” என்று ஒற்றை வரியில் முடித்துக்கொண்டு அந்த மஞ்சள் ஒளிக்கதவை மறுபடி திறந்து ரோஹித்தை உள்ளே தள்ளினான் அந்த மனிதன். குகை முழுவதும்

அலறல் சத்தம் கேட்டுக்கொண்டிருக்கும்போது ரோஹித்துக்கு நினைவு தப்பியது.

'அம்மா' என்று அலறியபடி படுக்கையில் இருந்து ரோஹித் எழுந்தபோது மணி ஏழு. பதறியபடி அவனருகில் வந்த அவன் அம்மா அவனுக்குத் தண்ணீர்க் கொடுத்து, 'என்னாச்சு?' என்று கேட்டபடி அவனது நெஞ்சை தடவிக் கொடுத்தாள்.

"ஒன்னும் இல்லம்மா..."

"சரி, ரிலாக்ஸ் ஆகு. இன்னைக்கு உனக்கு ஸ்கூல்ல சயின்ஸ் ப்ரொஜெக்ட் இருக்குல, சீக்கிரம் கிளம்பு. அம்மா உனக்குச் சாப்பிட என்ன செஞ்சு வைக்கணும்?"

"இட்லி, சாம்பார் செய்யுங்க அம்மா" என்று கூறியபடி அம்மாவை அணைத்துக்கொண்டான்.

௮௦௧

காணவில்லை

எதைப்பற்றியும் யோசிக்காமல், ஒரு வாரம் ஐந்துபேரும் ஊட்டிக்குப் போவது என ஒருமனதாக முடிவெடுத்தனர்.

அனிருத், மித்ரா, விஷ்வா, ஜெனி, சிவா ஐந்துபேரும் கல்லூரியிலிருந்தே நெருங்கிய நண்பர்கள். அனிருத்துடைய அப்பா கோவையில் ஒரு பிரபலக் கட்சியின் முக்கியப் பிரமுகர். பணத்திற்கு ஒரு குறைச்சலும் இல்லாமல் வளர்ந்தவன். மற்ற எல்லோருக்கும் சாதாரணக் குடும்பச் சூழல்தான். படித்து முடித்தபின் அப்பாவிடம் பணம் வாங்கி விஷ்வா, சிவா இருவரையும் உடன் சேர்த்துக்கொண்டு ஒரு ஹோட்டல் துவங்கி நடத்தி வந்தான் அனிருத். மித்ரா, ஜெனி இருவரும் ஒரே கம்பெனியில் நல்ல வேலையில் இருந்தனர்.

எவ்வளவு வேலை இருந்தாலும் வாரம் ஒருமுறையாவது ஐந்து பேரும் கண்டிப்பாக சந்தித்துக்கொள்வர். அப்படி இந்தத்தடவைச் சந்திக்கும்போதுதான் ஐந்துபேரும் சேர்ந்து எங்கேயாவது போகலாம் என்று முடிவு செய்தனர்.

"எங்க அப்பாக்கு ஊட்டியில ஒரு கெஸ்ட் ஹௌஸ் இருக்கு. ரொம்பநாளா அங்க யாரும் போகல. சும்மா அப்பப்போ கிளீனிங் மட்டும்தான். நம்ம ஒரு வாரம் அங்கபோய் இருந்துட்டு வரலாம்" என்று ஐடியா கொடுத்தான் அனிருத். எல்லாருக்கும் அது பிடித்துப்போகவே அங்கே செல்ல தயார் செய்தனர்.

ஞாயிற்றுக்கிழமை காலையில் கிளம்பி மதியம் கெஸ்ட் ஹௌஸ் போய்ச் சேர்ந்தனர். வாட்ச்மேன் ஓடிவந்து கேட்டைத் திறந்தபடி, "வாங்க சின்னத்தலைவரே" என்று வரவேற்றார். மற்ற நால்வரும் தன்னைப் பார்த்துச் சிரிப்பதைக் கண்டுகொள்ளாதவன் போல, காரை அங்கிருந்த செட்டில் நிறுத்தினான்.

அந்த மாளிகை, ரோட்டு மேலேயே மலையடிவாரத்தில் அமைந்திருந்தது. நல்ல பிரமாண்டமான மாளிகை. எப்படியும் ஒரு இருபது அறைகள் இருக்கும். சுற்றி காம்ப்பௌண்ட் இருந்தது. கேட்டிலிருந்து மாளிகை வாசலுக்கே ஐநூறு மீட்டர் தூரம் இருக்கும். காம்ப்பௌண்ட் ஓரங்களில் எல்லாம் மரங்கள். உள்ளே இருந்த காலி இடங்களில் எல்லாம் புற்கள் நன்றாக, அளவாக வளர்க்கப்பட்டு இருந்தது. மாளிகை வாசலுக்குக் கொஞ்சம் முன்னால் நீரை உமிழ்ந்தபடி ஒரு செயற்கை நீரூற்று அமைக்கப்பட்டிருந்தது. காம்ப்பௌண்ட் சுற்றி எங்கும் வீடுகளே கண்ணில் படவில்லை. மலை, மரங்கள் மட்டுமே தென்பட்டன. தூரத்தில் ஒரே ஒரு கடை மட்டும் கண்ணுக்குத் தெரிந்தது.

"என்ன மூர்த்தி அண்ணா? எப்படி இருக்கீங்க?" என்று வாட்ச்மேனை நலம் விசாரித்தான் அனிருத்.

"எனக்கென்ன தம்பி, தலைவர் புண்ணியத்துல ஒரு கொறையும் இல்லாம இருக்கேன்" என்றார் வாட்ச்மேன்.

"ரொம்ப சந்தோசம். பரவாயில்லையே அண்ணா பல வருஷம் யாரும் வரலனாலும் கெஸ்ட் ஹௌஸை ரொம்ப நல்லா மெய்ண்ட்டைன் பண்றீங்க போல."

"ஆமா தம்பி, தலைவர் மொதமொதல்ல இந்த ஊர்ல வாங்குன மாளிகைன்னு அவருக்கு எப்பவுமே இதுமேல ஒரு சென்டிமென்ட். கடைசியா இங்க நடந்த சம்பவத்துனால..." என்று அவர் பேசும்போதே அனிருத் அவரை இடைமறித்தான். எதுவும் பேசவேண்டாம் என்று அவருக்குக் கண்ணாலேயே ஜாடை செய்து வாயை அடைத்தான்.

"எங்களுக்காக என்ன ஏற்பாடு பண்ணீருக்கிங்க அண்ணா?" என்று கேட்டான் சிவா.

"இருக்குற எல்லா ரூமும் சுத்தம் பண்ணி இருக்கு தம்பி. நீங்க விருப்பப்பட்ட ரூமுல போய் இருக்கலாம். இன்னைக்கு மட்டும் எல்லாருக்கும் ஹோட்டல்ல சாப்பாடு வாங்கி வச்சிருக்கேன். நாளைக்குப் பக்கத்து கிராமத்துல இருந்து சமைக்குறதுக்கு இரண்டுபேர் வந்துருவாங்க" என்று பதில் சொன்னார் மூர்த்தி.

"சுத்தி எங்கேயும் யாருமே இல்ல. எப்படினே இங்க இருக்கீங்க?" என்று கேட்டான் விஷ்வா.

"மூனு பேர் இங்க வாட்ச்மேன் வேலைப் பாக்குறோம் தம்பி. ரெண்டுபேர் வேலை செய்யும்போது மீதி ஒருத்தர் ஒரு வாரம்போய் குடும்பத்தப் பாத்துட்டு வந்துடுவோம். அதுபோக டெய்லி இங்க சுத்தம் பண்ண, புல் வெட்டன்னு வேலைக்கு ஆளுங்க வருவாங்க. அப்போல்லாம் அங்க தூரத்துல இருக்க கடைக்குப்போய் ஒரு தம் போட்டுட்டு வரது பழக்கம்" என்று சொல்லிக்கொண்டிருந்தார் மூர்த்தி.

"இவரு விட்டா பேசிட்டே இருப்பாரு. நம்ம போகலாம் வாங்க" என்று மீதி நால்வரையும் அழைத்துக்கொண்டு மாளிகையைச் சுற்றிக்காட்டினான் அனிருத்.

அடுத்தநாள் முழுவதும் ஊட்டியைச் சுற்றிப் பார்த்துவிட்டு மாளிகைக்குத் திரும்பினர். வருவதற்குமுன் அவர்கள் முன்தினம் மாளிகையிலிருந்து பார்த்த கடைக்கு அருகில் காரை நிறுத்தச் சொன்னான் சிவா.

"அண்ணா, ஒரு கோல்டுபிளேக்" என்று வாங்கி பற்றவைத்தான் சிவா. மற்ற நால்வரும் காரிலிருந்து இறங்கி அங்கிருந்த பெஞ்சில் அமர்ந்தனர். எல்லாரும் ஆளுக்கு ஒரு தேநீர் வாங்கிப் பருகினர்.

"நீங்க ரெண்டுபேரும் ஒழுங்கா இருக்கப்போ இந்த நாய் மட்டும் எப்படிடா தண்ணி, தம்முனு பழகுச்சு?" என்று கேட்டாள் ஜெனி.

"சார்தான் யார் சொல்லியும் கேக்காம வெளிய ரூம் எடுத்துத் தங்குனாரே. அங்க ரூம்மேட்கூட சேந்து இப்டி ஆகிட்டாரு" என்று சிவா காலில் நக்கலாக ஒரு மிதி மிதித்தான் விஷ்வா.

"டேய் 'களவும் கற்று மற'ன்னு பெரியவங்க சொல்லியிருக்காங்கடா. சீக்கிரம் மறந்துருவேன்" என்று சாகும் தருவாயில் இருந்த சிகரெட்டைக் கீழேபோட்டு பூட்ஸ் காலால் நசுக்கினான் சிவா.

பணம் கொடுக்கும்போது அனிருத்தையே உற்றுப்பார்த்தக் கடைக்காரர், "தம்பி! நீங்க MLA மாரிமுத்து பையன்தானே?" என்று கேட்டார்.

"ஆமா அண்ணா" என்று உணர்ச்சியே இல்லாமல் பதில் சொன்னான் அனிருத்.

"ஒரு பத்து வருஷத்துக்கு முன்னாடி நீங்க அந்த கெஸ்ட் ஹௌஸ்ல..." என்று அவர் பேசிக்கொண்டிருக்கும்போதே அவர் கையில் காசைத் திணித்தவன் எல்லாரையும் அவசரமாக காரில் ஏற்றி அழைத்துச் சென்றான்.

அனிருத்துடைய முகம் ஏதோபோல் இருந்தது. யாரும் அவனிடம் எதுவும் கேட்கவில்லை. அதுவே அவனுக்குச் சற்று ஆறுதலாக இருந்தது.

இரவு சாப்பிட்டு முடித்தபின் மாளிகைக்குப் பின்னால் இருந்த புல்வெளியில் காம்ப்பௌண்ட் சுவருக்கு அருகே கேம்ப் ஃபயர் அமைக்க ஏற்பாடு செய்து வைத்திருந்தார் மூர்த்தி. சாப்பிட்டபின் ஐந்துபேரும் அங்கே அமர்ந்து பழையக் கதைகளை எல்லாம் பேசிக்கொண்டிருந்தனர். சிவா கையில் ஒரு சிறிய பெட்டியில் பீர், குளிர்பானங்கள் எல்லாம் கொண்டுவந்தான். எல்லாரும் அவரவருக்கு விருப்பமானதை எடுத்துக் குடித்தனர்.

நள்ளிரவானதும் ஒவ்வொருவராக தூங்கச் சென்றனர். கடைசியில் சிவா, மித்ரா, ஜெனி மூவரும் இருக்கும்போது சிவா அங்கேயே படுப்பதாகக் கூறவும் அவனுக்குத் தேவையானதெல்லாம் எடுத்துக் கொடுத்தனர். பின்னர், அவர்கள் இருவரும் தூங்க சென்றனர்.

அவ்வளவு போதையிலும் அரைத் தூக்கத்திலேயே இருந்தான் சிவா. திடீரென்று அவன் தலையில் ஏதோ சிறிய கல் வந்து விழுந்தது. பிரமை என்று நினைத்தவன் திரும்பிப் படுத்தான். மறுபடியும் ஏதோ சிறிய கல் வந்து தலையில் விழ, எழுந்து பார்த்தான். அவனுக்குக் கொஞ்சம் தள்ளி இருந்த மரத்துக்குப் பின்னால் ஒரு வெள்ளைநிற உருவம் நிற்பதுபோல தோன்றியது. தூக்கிவாரிப் போட்டபடி எழுந்தவன் கழுத்தில் இருந்த ருத்ராட்சத்தைத் தடவிக்கொண்டு அந்த மரத்தை நோக்கிச் சென்றான். அருகில் சென்றவன் அது காற்றில் அசைவதைக் கண்டு கையில் எடுத்தான். அது வெறும் வெள்ளைத்துணி.

'கிறுக்கன்டா நீ சிவா. போதைல எதையாவது பாத்துப் பயந்துட்டு' என்று தனக்குத்தானே சிரித்துக்கொண்டான். சிரித்தபடி அவன் திரும்புவதற்குள் அவனது பின்தலையில் பலமாக அடித்தது ஒரு உருவம்.

“என்ன சொல்றீங்க அண்ணா? எங்ககூட இங்க வந்த சிவா எப்டி யார்கிட்டயும் சொல்லாம இங்க இருந்து போவான்?” என்று மூர்த்தியைக் கத்திக்கொண்டிருந்தான் அனிருத்.

“அதுதான் எனக்கும் புரியல தம்பி. செக்கியூரிட்டிகிட்ட கேட்டா அவனும் தெரியலன்னு சொல்றான். நான்போய் தேடிப் பாக்குறேன் தம்பி. நீங்க இங்கயே இருங்க” என்று வெளியில் கிளம்பினார் மூர்த்தி.

“விடுடா, அவன் என்ன கொழந்தையா? இங்கதான் எங்கயாவது போயிருப்பான் வந்துடுவான்” என்று சமாதானப்படுத்தினான் விஷ்வா.

“அது எப்படிடா அவன் சொல்லாமப் போவான்? போன் வேற அவன் படுத்துக்கிடந்த அதே எடத்துலதான் இருக்கு. இது ஒன்னும் நார்மலா நடக்குற விஷயம் இல்ல” என்று கத்திவிட்டு காரை எடுத்துக்கொண்டு மூர்த்தி சென்ற திசைக்கு எதிர்த்திசையில் சென்றான் அனிருத்.

“ஒன்னும் இல்ல, ரொம்பநாள் பூட்டியிருந்த வீட்டுக்கு வந்த உடனே இப்படி ஆகிடுச்சேனு இப்படி டென்ஷனா இருக்கான்போல விடு” என்று விஷ்வாவுக்கு ஆறுதல் சொல்லி சாப்பிட கூட்டிபோனாள் மித்ரா.

சாயங்காலம் மூர்த்தி, அனிருத் இருவரும் ஒரே காரில் வந்து சேர்ந்தனர். வீட்டிலிருந்த மூவரும் வெளியில் ஓடிவந்து சிவா வந்துவிட்டானா என்று பார்த்தனர்.

“ஊட்டி முழுக்கத் தேடியாச்சு. நாளைக்கும் கிடைக்கலன்னா போலீஸ்ல காணவில்லைன்னு கம்ப்ளைன்ட் குடுக்கணும் அண்ணா” என்று மூர்த்தியிடம் படபடவென சொல்லிலிட்டு நேராக ரூமுக்குச் சென்று கதவை அடைத்துக்கொண்டான் அனிருத்.

“நல்லா தேடிப் பாத்தீங்களா அண்ணா?” என்று கேட்டாள் ஜெனி.

“முடிஞ்சவரை தேடுனோம்மா. நாளைக்குப் பக்கத்துக் கிராமத்துப் பசங்களக் கூப்பிட்டுத் தேடணும்மா. ஒன்னும் பிரச்சனை இல்லை, நீங்க போய்த் தூங்குங்க” என்று சொல்லிவிட்டு வெளியில் சென்றுவிட்டார் மூர்த்தி. எல்லாரும் அவரவர் அறைக்குச் சென்றனர்.

நள்ளிரவில் தண்ணீர்க் குடிக்க எழுந்த மித்ரா தன்னருகில் ஜெனி இல்லாமலிருப்பதைப் பார்த்து அதிர்ச்சியானாள். ஓடிச்சென்று

விஷ்வா, அனிருத் இருவரையும் எழுப்பினாள். மூவருமாக போய் மூர்த்தி மற்றும் மற்றொரு செக்யூரிட்டியிடம் தேடச் சொன்னார்கள். ஆளுக்கொரு டார்ச் எடுத்துக்கொண்டு பக்கத்து கடை, ரோடு, மாளிகை காம்ப்பௌண்ட் பின்னாலிருந்த காடு என எல்லா இடங்களிலும் தேடினர்.

காட்டில் ஒரு மரத்திற்கு அடியில் தலையைக் கால் முட்டிக்கு நடுவில் கவிழ்த்து ஜெனி அமர்ந்திருப்பதை டார்ச் வெளிச்சத்தில் பார்த்தான் விஷ்வா.

"லூசு, உன்ன காணோம்னு எல்லாரும் எவ்வளோ பதட்டமா உன்னத் தேடிட்டு இருக்கோம்னு தெரியுமா? இங்க வந்து ஏன் இப்டி உக்காந்துட்டு இருக்க?" என்று கேட்டபடியே அவள் அருகில் சென்றான் விஷ்வா.

விஷ்வா அவள் தோள்மீது கைவைத்தவுடன் அவள் எந்த அசைவுமின்றி சரிந்து விழுந்தாள். அந்த அரைநிலா வெளிச்சத்தில் தன்பின்னால் இருந்து ஏதோ நிழல் விழுவதை உணர்ந்தான் விஷ்வா.

O

"உங்க அப்பாவோட எதிரிங்க யாராவது உங்க நண்பர்களைக் கடத்தி இருப்பாங்கன்னு சந்தேகப்படுறீங்களா மிஸ்டர் அனிருத்?" என்று கேட்டார் இன்ஸ்பெக்டர்.

"இல்ல சார். அப்படி எதுவும் எனக்குத் தெரிஞ்சு இல்ல. முன்னாடிநாள் என் ஃபிரண்ட் சிவாவ காணோம். அப்பறம் நேத்து ஜெனி, விஷ்வானு இன்னும் இரண்டுபேர் காணாமப் போய்ட்டாங்க. அவங்களைத் தேடிக் கண்டுபுடிச்சு தந்திங்கனா போதும் சார். இது அவுங்க மூனுபேரோட போட்டோ" என்று பதற்றத்துடன் கம்ப்ளைன்ட் கொடுத்தான் அனிருத்.

அனிருத்திடம் கம்ப்ளைன்ட் எழுதி வாங்கிக்கொண்ட இன்ஸ்பெக்டர் தொலைந்துபோன மூவரின் புகைப்படங்களையும் 'காணவில்லை' என்று அறிவிப்புப் பலகையில் மாட்ட செய்தார்.

போலீஸ் ஸ்டேஷனில் இருந்து அனிருத், மித்ரா, மூர்த்தி மூவரும் திரும்பி வரும்போது அவர்களுக்குப் பாதுகாப்புக்காக இரண்டு கான்ஸ்டபிள்களை அனுப்பிவைத்தார் இன்ஸ்பெக்டர். மாளிகைக்கு வந்து அங்கு வேலைசெய்த எல்லாரிடமும் போலீசார் விசாரணைச் செய்தனர். இதெல்லாம் நடந்துகொண்டிருக்கும்போது மூர்த்தி, மித்ராவை தனியாக வரும்படி சைகை செய்தார்.

“அம்மா, நீ எதுக்கும் ரொம்ப ஜாக்கிரதையா இரும்மா. உனக்கு ஏதாவது ஆகிடுமோன்னு எனக்கு ரொம்ப பயமா இருக்குமா” என்று அவளிடம் பதற்றமாகப் பேசினார் மூர்த்தி.

“போலீஸ் எல்லாம் இருக்காங்க. அப்படியெல்லாம் ஒன்னும் ஆகாது. நீங்க கவலப்படாம இருங்கண்ணா” என்று அவரைத் தேற்றினாள் மித்ரா.

“இல்லம்மா, ரொம்ப வருஷமா யாரும் வராத வீட்டுல, தொறந்த உடனே இப்படி நடக்குறது எனக்குச் சரியா படலமா” என்று அவர் சொல்லும்போதே அவர் உடல் சிலிர்த்தது.

“அதுக்கும் இதுக்கும் என்ன அண்ணா சம்பந்தம்?”

“அம்மா இதை நான் சொன்னேன்னு வெளிய சொல்லிராதமா.”

“அப்டில்லாம் சொல்லமாட்டேன் சொல்லுங்க.”

“அம்மா, நம்ம அனிருத் தம்பி பன்னிரண்டாவதுவர இங்க ஊட்டிலதான் படிச்சுச்சு. அப்போ அடிக்கடி ஃப்ரண்ட்ஸ கூட்டிட்டு இங்க கெஸ்ட் ஹௌஸ்க்கு வரும். அப்படி ஒருதடவை ஒரு பொம்பளப் புள்ளைய கூட்டிட்டு வந்துச்சு. ஒரு பத்து நிமிஷம் கழிச்சு அந்தப் புள்ள மாதிரியே இன்னொரு புள்ள வந்து ‘நான் அந்த பொண்ணோட அக்கா’ன்னு சொல்லி உள்ள போச்சு. கொஞ்சநேரம் கழிச்சு அனிருத் தம்பி பதட்டமா என்கிட்ட ஓடிவந்து அந்த இரண்டு பொண்ணுங்களுக்கும் சண்டை ஆகிடுச்சு. ஒரு பொண்ணு இன்னொரு பொண்ண தலைல பலமா அடிச்சுடுச்சு. அந்தப் பொண்ணு மூச்சுக்கூட விடல வந்து பாருங்கண்ணானு சொல்லிச்சு. நாங்க உள்ள போய் பாக்குறப்போ தரையில ஒரு பொண்ணு பொணமா கெடந்துச்சு. இன்னொரு பொண்ணு எதிர்ல இருந்த ரூமல தூக்குல தொங்கிப் பொணமா இருந்துச்சு. இதெல்லாம் பாத்து அதிர்ச்சியில அனிருத் தம்பி மயங்கிருச்சு. நான் பெரியய்யாக்கு போன் பண்ணி எல்லாத்தையும் சொல்லி, அவர வரவச்சுட்டேன். அவரு அந்த இரண்டு பொணத்தையும் யாருக்கும் தெரியாம புதைக்க ஏற்பாடு பண்ணிட்டாரு. போலீசுகிட்டகூட அவர் கட்சி பலத்த வச்சு எதுவும் கேஸ் ஆகாம சமாதானப்படுத்திட்டாரு. அதோட முடியலம்மா....

இரண்டு பொணத்தையும் வண்டில ஏத்திட்டுப்போய் புதைக்க எடுக்கும்போது அதுல ஒரு புள்ள பொணத்தைக் காணோமாம். அந்தத் தடியனுங்களும் வேலை மிச்சம், கூலி மிச்சம்னு யார்கிட்டயும் சொல்லாம விட்டுடானுங்க. ஒரு வாரம் கழிச்சு

புதைக்குற வேலையை செஞ்ச ஒருத்தன் மரத்துல இருந்து கீழ விழுந்து தலைல பலமா அடிவிழுந்து செத்துப்போய்ட்டான். இன்னொருத்தன் ராத்திரி குடிபோதைல காட்டுவழில வரும்போது தடுக்கிவிழுந்து காட்டுக்கொடி கழுத்துல இறுக்கி செத்துப் போய்ட்டான். பெரியய்யா ரொம்பப் பயந்துபோய் பெரியபெரிய சாமியாரெல்லாம் கூப்பிட்டுப் பெரிய பூஜை ஒன்னு செஞ்சு இந்த மாளிகையை பூட்டிட்டாரு. அதுக்கப்பறம் எப்பயாவது பூஜை, சுத்தம் செய்யுறது மட்டும்தான். இங்க மனுஷங்க தங்கி பல வருஷம் ஆச்சு. இப்போ தொறந்த ஒடனே இப்படி நடக்குறத பாத்தா பயமா இருக்குமா. பாத்து இரும்மா" என்று நடுங்கியபடியே சொல்லிவிட்டு நகர்ந்தார் மூர்த்தி.

சாயங்காலம் அனிருத்தை தனியாக அழைத்தாள் மித்ரா.

"சொல்லு மித்ரா."

"பத்து வருஷம் முன்னாடி இங்க என்ன நடந்துச்சுன்னு எனக்கு இப்போ தெரியும் அனி. இத ஏன் எங்ககிட்ட இருந்து மறச்ச?"

"ஹேய், இதெல்லாம் உனக்கு யார் சொன்னது? என் சூழ்நிலைல இருந்திருந்தா தெரிஞ்சுருக்கும். அந்த வயசுலயே அவ்வளவு பெரிய கொடூரத்தைத் தாண்டி வந்திருக்கேன். இப்போ வர எத்தனைநாள் நயிட் தூக்கம் வராம கஷ்டப்படுறேன்னு எனக்கு மட்டும்தான் தெரியும். அது என்னோட பெர்ஸனல் விஷயம், நீ ஒன்னும் தலையிட வேணாம்" என்று அவளைத் தாறுமாறாக கத்திவிட்டு அவனது அறைக்குச் சென்று படுக்கையில் படுத்துவிட்டான்.

கண்விழித்துப் பக்கத்தில் இருந்த மொபைலை ஆன் செய்தான். மணி நள்ளிரவு 1:35. 'என்ன இருந்தாலும் அவளிடம் அப்படிப் பேசி இருக்கக்கூடாது' என்று வருத்தப்பட்டான். காலை நிச்சயம் அவளிடம் மன்னிப்புக் கேட்கவேண்டும் என்று முடிவுசெய்துவிட்டு தண்ணீர்க் குடிக்க அறையிலிருந்து வெளியில் சென்றான்.

மித்ராவின் அறை திறந்திருந்தது, விளக்கு எரிந்து கொண்டிருந்தது. இந்த நேரத்தில் இவள் என்ன செய்கிறாள் என்று அவள் அறை நோக்கிச் சென்றான். படுக்கையில் அவள் இல்லை. அதிர்ச்சியாகி கையில் டார்ச்சுடன் வெளியில் ஓடினான்.

'மூர்த்தின்னா... மூர்த்தின்னா...' என்று கத்தியபடி வாசலுக்குச் சென்றான். கேட் அருகே ஒரு கான்ஸ்டபிள் சரிந்து கிடந்தார். அவர்

தலையிலிருந்து ரத்தம் வழிந்து உறைந்திருந்தது. ஓடிப்போய் அவர் அருகில் சென்று அவரைத் தொட முயலும்போது தடுக்கிக் கீழே விழுந்தான்.

என்ன என்று தரையில் டார்ச் அடித்தான். மற்றொரு கான்ஸ்டபிள்! கழுத்தில் சங்கிலியால் நெறிக்கப்பட்டு இறந்து கிடந்தார். ஒரு நிமிடம் மூச்சு அடைத்தது அவனுக்கு. கான்ஸ்டபிள் அருகில் இருந்த துப்பாக்கியை கையில் எடுத்துக்கொண்டான்.

மறுபடி மூர்த்தி பெயரைக் கத்தியபடி மாளிகைக்குப் பின்னால் ஓடினான் அனிருத். காம்ப்பௌண்ட் ஓரத்தில் இருந்த மரத்தில் நாக்கு வெளியில் தொங்கும்படி மிகக்கொடூரமாக தூக்கில் தொங்கிக்கொண்டிருந்தார் மூர்த்தி. பித்துப்பிடித்தவன்போல சுவர் ஏறி குதித்துக் காட்டை நோக்கி ஓடினான்.

கால்போன போக்கில் காட்டுக்குள் ஓடினான். தூரத்தில் மரங்களுக்கு நடுவில் கொஞ்சம் பெரிய வெட்டவெளி இருந்தது. டார்ச், துப்பாக்கி இரண்டையும் கெட்டியாகப் பிடித்துக்கொண்டு மெதுவாக அடி எடுத்துவைத்து நகர்ந்தான்.

அந்த வெட்டவெளியை சுற்றியிருந்த மரங்களில் ஒரு மரத்துக்கு ஒரு பிணம் என்று மூன்று பிணங்கள் தொங்கிக்கொண்டிருந்தன. வெட்டவெளி நடுவில் ஒரு பெண் மயங்கிக் கிடந்தாள். அனிருத் ஓடிச்சென்று அந்தப் பெண்ணைத் தூக்கி மடியில் கிடத்தினான்.

“மித்ரா, ஒன்னும் இல்ல. நான் அப்படிப் பேசியிருக்கக்கூடாது. சாரி, ஒன்னும் இல்ல, ஒன்னும் இல்ல” என்று அவளைத் தூக்க முயன்றான். அவள் கண்ணிலிருந்து ஒரு சொட்டுக் கண்ணீர் அவன் கைகளில் பட்டு அவள் உயிர்ப் பிரிந்தது.

சோகம், ஆத்திரம், இயலாமை எல்லாம் சேர்ந்து விரக்தியில் மண்டியிட்டு வானத்தை நோக்கி ‘ஆ’என்று அடிக்குரலில் அலறினான். சுற்றும் முற்றும் பார்த்தான். மரங்களில் பிணமாக தொங்கிக்கொண்டிருந்த தன் நண்பர்களைப் பார்த்தான். கீழே இறந்துகிடந்த தன் தோழியைப் பார்த்தான்.

“மாயா! நீ இங்கதான் எங்கேயோ இருந்து இதெல்லாத்தயும் பாத்துட்டு இருக்கன்னு எனக்குத் தெரியும். அன்னைக்கு அப்படி ஒரு சம்பவம் நடக்கும்னு நான் எதிர்பாக்கல. அதுல இருந்து இன்னைக்குவர ஒருநாள்கூட நான் நிம்மதியா தூங்குனது இல்ல. என்னை மன்னிச்சிடு. நமக்கு ரொம்பப் புடிச்சவங்க சாவுக்கு நாமதான் காரணம்னு தெரிஞ்சா எவ்வளவு வலிக்கும்னு எனக்கு

நல்லா புரிஞ்சுபோச்சு" என்று கண்கலங்கியபடி துப்பாக்கியைத் தன் கழுத்தில் வைத்து அழுத்தினான்.

மரத்திற்கு பின்னாலிருந்த உருவம் திரும்பி காட்டுக்குள் நடக்கத் தொடங்கியபோது துப்பாக்கி வெடிக்கும் சத்தம் காடு முழுவதும் எதிரொலித்தது.

ಲಿಣ

அழிவின் பயணம்

"அருள்மொழி! மதுரைக்கு மிகப்பெரும் ஆபத்து வர இருப்பதாக கிரகநிலைகள் சொல்கின்றன. இந்த ஓலையை உடனடியாக பாண்டியன் நெடுஞ்செழியனிடம் எடுத்துக்கொண்டு போ, மிகவும் அவசரம்" என்று பாண்டிய மன்னன் தனக்குக் காவலுக்காக அளித்திருந்த வீரனை மதுரைக்குச் செல்லும்படி துரிதப்படுத்தினார் பாண்டிய நாட்டின் சிறந்த சோதிடரான பட்டாச்சாரியார்.

"ஆகட்டும் ஐயா" என்று குதிரைமேலே ஏறி விரைந்து சென்றுகொண்டிருந்த அருள்மொழியையே ஆழ்ந்த சோகத்துடன் பார்த்துக்கொண்டிருந்தார் பட்டாச்சாரியார். பின்னாலிருந்து அவரது தோள்மீது ஆதரவாக கைவைத்தாள் அவரது அன்புமகள் ரோகினி.

"கவலைப்படாதீர்கள் அப்பா, அருள்மொழி திறமைசாலி, நிச்சயம் தாங்கள் அளித்த வேலையை நன்றாக செய்துமுடிப்பான். தங்களது கணிப்புகள் இதுவரை தவறியதில்லை என்று மன்னருக்கும் தெரியும். அவரும் நிச்சயம் தங்கள் வார்த்தைகளை நம்பி உடனடியாக தக்க நடவடிக்கை எடுப்பார்" என்று அவரது சோர்வை நீக்கும்பொருட்டுப் பேசினாள் ரோகினி.

"ஒரு வாரகாலமாக வானத்தை எரிநட்சத்திரங்கள் சுற்றிவருகின்றன. இது சரியான சகுனம் இல்லை. இந்த ஒருமுறை எனது கணிப்புத் தவறினால் நல்லது என்று தோன்றுகிறது" என்று

பெருமூச்சுவிட்டபடி குடிலுக்குள் சென்றார், மதுரை தீயில் எரிவதைக் கனவில் கண்ட அந்தப் பண்டிதர்.

○

அடர்ந்த காட்டுவழியில் விரைவாக ஓடிவந்ததால் மிகவும் களைப்படைந்து மெல்ல நடக்கத் துவங்கியது அந்தக் குதிரை, இதற்குமேல் அதை விரட்ட மனம் வராத அருள்மொழி, கீழே இறங்கி குதிரையைக் கையில் பிடித்துக்கொண்டு நடக்கத் துவங்கினான். சிறிது தூர நடையிலேயே கண்ணில் ஒரு குளம் தென்பட்டது. விரைவாக குளத்தில் இறங்கி நீர் அருந்திவிட்டு குதிரைக்கும் தண்ணீர்க் காட்டினான்.

விரைவாக செல்லவேண்டும் என்று பட்டாச்சாரியார் சொல்லியிருக்கிறார் என்றால் ஏதாவது மிகவும் அவசரமானக் காரியமாகத்தான் இருக்கும். எனவே, முழு ஓய்வு என்பதெல்லாம் அரசனிடம் ஓலையைச் சேர்த்தப் பின்புதான் என்று தனக்குள்ளேயே முடிவு செய்துகொண்ட அருள்மொழி குதிரையை மரத்தில் கட்டிவிட்டு லேசாக உறங்கி, இரவும் பயணம் செய்ய முடிவு செய்தான்.

மரத்தடியில் அவன் சாயும்போதே, 'அவனை கொல்லுங்கடா!' என்ற சத்தம்கேட்டு விருட்டென உடைவாளை உருவியபடி எழுந்து சுற்றுமுற்றும் பார்த்தான். எவரும் இல்லை. சத்தம் சிறிது தூரத்தில் இருந்து வந்திருக்கிறது. உடைவாளை கையில் ஏந்தியபடி சத்தம் வந்த திசைநோக்கி மெதுவாக நடந்தான் அருள்மொழி.

அடர்ந்த மரங்களுக்கு நடுவே ஒரு நடுவயது ஆள் கையில் ஒரு மரக்கட்டையுடன் நின்றுகொண்டிருந்தார். அவர் அருகில் ஒரு பெண்மணியும், ஒரு முதியவரும் நின்றுகொண்டிருந்தனர். அவர்களை கள்வர்கள் ஆயுதங்களுடன் சுற்றிவளைத்து மிரட்டிக்கொண்டிருந்தனர்.

"இன்னொருமுறை என்னைக் கேட்கவைக்காதே, மரியாதையாக உங்களிடம் இருப்பவற்றைக் கொடுத்துவிட்டால் உங்கள் அனைவரையும் உயிருடன் விடுகிறேன்" என்று கையில் கட்டையுடன் நின்ற ஆளை மிரட்டினான் கள்வர்த்தலைவன்.

"உனக்கு எது வேண்டுமானாலும் என்னை வீழ்த்திவிட்டு முடிந்தால் எடுத்துக்கொள்" என்று துணிச்சலாக பதில் சவால் விட்டான் அந்த நடுவயது ஆள்.

ஆவேசத்துடன் முன்னே வந்த கள்வர்களுள் ஒருவனை லாவகமாக ஆயுதத்தைத் தட்டிவிட்டுக் கட்டையால் ஓங்கி

அடித்தான் அந்த ஆள். இவற்றையெல்லாம் பார்த்துக்கொண்டிருந்த அருள்மொழி அந்த நடுத்தரவயது ஆணுக்கு உதவ எண்ணி, கள்வர்த்தலைவன் முன்னே குதித்து அவனது கழுத்தில் தனது உடைவாளை வைத்தான்.

காவல் வீரன் ஒருவன் வாளுடன் தோன்றியதைக் கண்டு, 'நாம் அரசுப்படையால் சுற்றி வளைக்கப்பட்டுவிட்டோம்' என்று எண்ணி மற்ற கள்வர்கள் அனைவரும் ஓடி மறைந்தனர். கள்வர்த்தலைவனின் ஆயுதத்தைக் கைப்பற்றிய அருள்மொழி அவனது கைகளை இறுக்கமாகக் கட்டினான்.

"நன்றி வீரரே! நீங்கள் வரவில்லையென்றால் எங்கள் கதி என்ன ஆகியிருக்குமோ?" என்று நன்றி கூறினான் அந்த நடுத்தர வயது ஆண்.

"நான் வரவில்லை என்றாலும் நீங்களே சமாளித்திருப்பீர்கள் போலயே" என்று கூறினான் அருள்மொழி.

"தங்களது பெயரென்ன சகோதரா?" என்று கேட்டான் அந்த ஆள்.

"என்னுடைய பெயர் அருள்மொழி"

"என்னுடைய பெயர் கோவலன். பூம்புகார் நகரத்தைச் சேர்ந்தவன். இவள் என்னுடைய மனைவி கண்ணகி. எங்களுடன் இருக்கும் மகான் கவுந்தியடிகள். அவர்தான் எங்களை மதுரைக்கு அழைத்துச் செல்கிறார்" என்று அறிமுகம் செய்தான்.

கவுந்தியடிகளைப் பற்றி கேள்விப்பட்டிருந்த அருள்மொழி அவரை வணங்குவதற்குத் திரும்பினான். 'ஆ... இந்தப் பெண் நாம் தினமும் வணங்கும் அம்மனைப்போல் இருக்கிறாளே! நிச்சயம் இவள் தெய்வத்தன்மை வாய்ந்தவளாகத்தான் இருக்கவேண்டும்' என்று தனக்குள்ளேயே எண்ணிக்கொண்டு பொதுவாக ஒரு வணக்கத்தைச் செலுத்தினான்.

கள்வர்த்தலைவனைக் குதிரையோடு இறுக்கிக் கட்டிவிட்டு அவர்கள் மூவருக்கும் வழிகாட்டி முன்னே நடந்தான் அருள்மொழி. தனக்கு நன்கு தெரிந்த சத்திரக்காரர் ஒருவரிடம் அவர்கள் மூவருக்கும் இடம் தரும்படிக் கேட்டுத் தங்கவைத்தான். பின்னர், அந்தச் சுற்றுப்புறத்தைக் காவல் செய்துகொண்டிருந்த தன் நண்பனிடம் அந்தக் கள்வனை ஒப்படைத்தான்.

இரவு நால்வரும் ஒன்றாக உணவு அருந்தினர். பின்னர் மற்ற மூவரையும் ஓய்வு எடுக்கச் சொல்லிவிட்டுக் கிளம்ப எண்ணினான் அருள்மொழி.

“சகோதரரே! தாங்கள் என்னைத் தவறாக எடுத்துக்கொள்ளக் கூடாது. எனக்கு மதுரையில் அவசரமான வேலை ஒன்று உள்ளது. இப்பொழுதே நீங்கள் எனக்கு விடைகொடுக்கவேண்டும்” என்று தான் கிளம்புவதாகக் கூறினான் அருள்மொழி.

“அப்படியானால் சரி, தங்கள் வேலை முடிந்தபின் நீங்கள் மதுரையில் இருந்தால் நிச்சயம் நாம் சந்திக்கவேண்டும்” என்று வேண்டுகோள் விடுத்தான் கோவலன்.

“அதுகுறித்து நானே தங்களிடம் பேசவேண்டுமென்று எண்ணினேன். மதுரைக்கு ஏதோ பெரிய ஆபத்து என்று கேள்வி. நீங்கள் சிறிதுநாட்களுக்கு அங்கு வராமல் இருப்பது நல்லது. தவறாக எடுத்துக்கொள்ளாதீர்கள், தங்கள் பாதுகாப்புக் கருதியே இவ்வாறு கூறுகிறேன்” என்று கண்ணகியின் நலனை மனதில் வைத்து எச்சரித்தான் அருள்மொழி.

சத்தமாக சிரித்த கோவலன், “உயிரைத் துச்சமென மதித்து கடல் அலைகளின் பேராபத்தைக் கடந்து வணிகம் செய்த குடியில் பிறந்தவன் நான். நிச்சயம் எந்த ஆபத்திலிருந்தும் தற்காத்துக் கொள்வேன். அதுபோக தங்களைப்போன்ற சிறந்த வீரர்கள் காவல் புரியும் மதுரையில் எனக்கு என்ன ஆபத்து வந்துவிடப் போகிறது? கவலை வேண்டாம் சகோதரா, மீண்டும் மதுரையில் சந்திப்போம்” என்று விடைகொடுத்தான்.

○

மதுரையின் வாயிலை அடைந்த அருள்மொழி சிறப்பு இலச்சினை மோதிரத்தைக் காட்டி அவசரம் என்று கோட்டை காவல்வீரர்களைத் துரிதப்படுத்தினான். இலச்சினை மோதிரத்தின் சிறப்புக் கருதி நேராகக் கோட்டையின் தலைமைக் காவலரிடம் அழைத்துச் செல்லப்பட்டான்.

“மதுரை ஒற்றர் படையிடம் இந்தச் சிறப்பு இலச்சினை மோதிரம் இல்லை. எதிரிகள் யாரும் படையெடுத்து வருவதாக ஒற்றர்களிடமிருந்து தகவலும் இல்லை. நீ ஒற்றர்ப்படையை சேர்ந்தவன் இல்லையெனில் ஏன் இவ்வளவு அவசரம்?” என்று அருள்மொழியைக் கேட்டார் தலைமைக்காவலர்.

“அய்யா, சோதிட சிகரம் பட்டாச்சாரியார் அவர்களுக்குத் தனிப்பட்ட காவலனாக அரசரால் நியமிக்கப்பட்டவன் நான். அருள்மொழி என்பதென் பெயர். மதுரைக்கு மாபெரும் ஆபத்து வர இருப்பதாக பட்டாச்சாரியாரின் கணிப்பு. அரசரிடம் அவசரமாக

இந்த எச்சரிக்கை ஓலையை அளிக்கவேண்டி என்னை பட்டாச்சாரியார் அனுப்பியிருக்கிறார்" என்று காரணத்தை விளக்கினான் அருள்மொழி.

"ஆபத்து வருவதற்கான அறிகுறி எதுவும் இப்பொழுது மதுரையைச் சுற்றி இல்லை இளைஞனே! இருப்பினும் ஓலையை என்னிடம் கொடு, நான் அரசரிடம் சேர்ப்பித்துவிடுகிறேன்"

"இந்த ஓலையை நானே என் கைகளால் அரசரிடம் விரைந்து சேர்பிக்கவேண்டும் என்பது பட்டாச்சாரியாரின் கட்டளை, தயவுகூர்ந்து என்னைத் தாங்கள் அரசரிடம் அழைத்துச்செல்ல வேண்டும்."

"கோட்டை மதில்மேல் தினமும் நூற்றுக்கணக்கான வீரர்கள் ஆயுதமேந்தி காவல்காத்து வருகின்றனர். மதுரை நகரைச் சுற்றிலும் வீரர்களும், ஒற்றர்களும் ஆபத்துக்கான அறிகுறிகளைத் தேடித் தோண்டி வருகின்றனர். திடீரென்று ஆபத்து என்று கூறியவுடன் உன்னைப்போன்ற சிறுவர்களை எல்லாம் நேரடியாக அரசர்முன் கொண்டு நிறுத்தமுடியாது. ஓலையை ஒப்படைத்துவிட்டு இடத்தைக் காலி செய். ஓலை இன்றே அரசரிடம் சென்று சேர்வதை நான் உறுதிசெய்கிறேன்" என்று உரத்தக்குரலில் அழுத்தம் திருத்தமாகக் கூறினார் தலைமைக் காவலர்.

'சரி' என்று தலையாட்டிய அருள்மொழி முன்னே வருவதுபோல், வேகமாக மதிலுக்கு அருகே, கோட்டைக்குள் இருந்த மரத்தின் மீது தாவினான். மரத்தில் இருந்து கீழே குதித்து மதுரை நகருக்குள் தலைதெறிக்க ஓடினான். சிறிதுதூரம் செல்வதற்குமுன் காவலர்கள் ஈட்டிமுனையில் அருள்மொழியை சுற்றி வளைத்தனர்.

"முட்டாளே! மதுரைக் கோட்டைக்காவலை அவமதித்தால் என்ன தண்டனை என்று தெரியுமா? வீரர்களே! இவனைக் கைதுசெய்து சிரச்சேதம் செய்யுங்கள்" என்று கத்தினார் கோட்டைத் தலைமைக்காவலர்.

"நிறுத்துங்கள்" என்று மென்மையாகக் கட்டளையிட்டுக் கொண்டே முன்னே வந்தார் தலைமை அமைச்சர். வீரர்கள் அனைவரும் அமைச்சரை வணங்கி வழிவிட்டு நின்றனர்.

"என்ன பிரச்சனை இங்கே? எதற்காக இந்த இளைஞனை வேல்முனையில் கைது செய்கிறீர்கள்?" என்று தலைமைக் காவலரிடம் கேட்டார் அமைச்சர்.

"கையில் ஒரு ஓலையுடன், அரசு மெய்க்காவல்படை இலச்சினையைக் காட்டி அரசரைக் காணவேண்டுமென்று கூறினான். நான் மறுத்ததும் மதிலுக்குள் குதித்து ஓடத் துவங்கிவிட்டான். மதுரைக் கோட்டைக்காவலை அவமதித்ததற்காக இவனைச் சிரச்சேதம் செய்யவேண்டும் அய்யா" என்று கூறிவிட்டு அமைச்சரின் முகத்தையே பார்த்தபடி நின்றார் தலைமைக் காவலர்.

ஒரு வீரனை அழைத்து அருள்மொழியின் இலச்சினை மோதிரத்தை வாங்கி ஆராய்ந்தார் அமைச்சர். திருப்தி ஏற்பட்டபின் ஓலையைத் தரும்படி கேட்டார்.

"மன்னிக்கவேண்டும் அய்யா, ஓலை அரசர் பார்வைக்கு மட்டுமே என்பது பட்டாச்சாரியாரின் விருப்பம்" என்று பணிவாக அதே நேரத்தில் உறுதியாகக் கூறினான் அருள்மொழி.

"இவனை..." என்று துடித்தத் தலைமைக் காவலரை அமைதிப்படுத்தினார் அமைச்சர். பின்னர், "இவனது பொருட்களை ஆராய்ந்ததில் இவன் நம்மவன்தான் என்பது உறுதியாயிற்று. எனக்கு முழுத் திருப்தி. இவனை நான் என்னுடன் அரசரிடம் அழைத்துச் செல்கிறேன். நீங்கள் அனைவரும் மதுரையைக் காக்கும் மேன்மையானப் பணியைத் தொடரவேண்டுகிறேன்" என்று அறிவித்தார் அமைச்சர்.

அமைச்சரின் மொழிக்கு மறுமொழியில்லாமல் அருள்மொழியை அவருடனேயே விட்டுச் சென்றனர் வீரர்கள். தேரில் ஏறிய அமைச்சர் அருள்மொழியையும் தன்னுடன் அழைத்துச் சென்றார்.

❍

பிரம்மாண்டமானத் தோற்றம் உடைய அரண்மனையில், தான் நிற்பதைத் தன்னாலேயே நம்பமுடியாமல் சுற்றும்முற்றும் பார்த்துக்கொண்டிருந்தான் அருள்மொழி.

"முதன்முதலில் இந்த அரண்மனையில் நுழைந்தபோது நானும் உன்னைப்போலவே பிரமிப்புடன் பார்த்துக்கொண்டிருந்தேன். நீயும் கூடிய விரைவில் என்னைப்போல தினமும் அரண்மனைக்கு வந்துசெல்லும் நிலையை அடைவாய்" என்று அருள்மொழியை வாழ்த்தினார் அமைச்சர்.

அரசர் அழைக்கிறார் என்ற செய்தியைக் கூறிவிட்டு அமைச்சரை வணங்கி நின்றான் காவலன் ஒருவன். அரசர் இருந்த நந்தவனம் நோக்கி இருவரும் நடந்தனர்.

நந்தவனத்தில் பூச்செடிகளுக்கு நடுவே கம்பீரமாக நின்றிருந்தான் பாண்டிய மன்னன். தன் கண்கள் காண்பதை நம்பமுடியாத அருள்மொழி நெடுஞ்சாண்கிடையாக அரசனின் கால்களில் விழுந்தான்.

"அட என்னப்பா நீ" என்று அவன் தோள்களைத் தொட்டுத் தூக்கினார் பாண்டியன். எழுந்தவுடன் புகழ்மொழிகளைக் கூறி வாழ்த்தி வணங்கினான் அருள்மொழி. பின்னர், மிகவும் பணிவாக ஓலையை அரசரிடம் நீட்டினான். திருமந்திர ஓலை வாசிப்பவர் அரசர் அருகில் சென்று ஓலையை வாசிக்கத் துவங்கினார்.

'பாண்டிய மன்னர் நீடூழி வாழ்ந்து நல்லாட்சி செலுத்த எனது வாழ்த்துக்களும் பிரார்த்தனைகளும்.

மதுரையைச் சுற்றித் தீய நிமித்தங்கள் தோன்றிய வண்ணம் உள்ளன. அரசரின் கிரகநிலைகளும் சரியில்லை. எது செய்வதானாலும் அரசர் நன்கு பலமுறை ஆலோசித்து செய்வது நலம். மேலும், பெண்களின் மனம் துன்புறுமாறு எதுவும், யாராலும் மதுரையில் நேராமல் இருப்பதை அரசர் உறுதிசெய்ய வேண்டுகிறேன்.

அடியேனது கணிப்பு பொய்யாகவேண்டும் என்று விரும்பும்

தங்கள் விசுவாசி,
பட்டாச்சாரியார்.'

என்று வாசித்து முடித்தார் திருமந்திர ஓலை வாசிப்பவர்.

"பட்டாச்சாரியார் இவ்வளவு அவசரமாக செய்தி அனுப்பினால் நிச்சயம் ஏதாவது ஆபத்து ஏற்பட வாய்ப்புள்ளது. அமைச்சரே! மதுரை நகருக்குள் காவலை அதிகப்படுத்துங்கள். மக்கள் மனம் நோகும்படி எவர், என்ன செய்தாலும் உடனேயே தண்டியுங்கள்" என்று கட்டளையிட்டார் பாண்டிய மன்னர்.

"அரசே! மதுரை நகருக்குள் மட்டுமன்றி மதுரைக்கு வரும் வழியிலும் மக்களை அச்சுறுத்தும்படி கள்வர் நடமாட்டம் அதிகரித்துள்ளது. நான் வரும் வழியில்கூட மதுரையை நோக்கி தன் மனைவியுடன் வந்துகொண்டிருந்தவர் கள்வர்களுடன் தனி ஆளாகப் போராடிக்கொண்டிருந்தார்" என்று மிகவும் பணிவாகத் தன் கருத்தை வெளியிட்டான் அருள்மொழி.

"அப்படியா, இருக்கட்டும் கவனித்துக் கொள்கிறேன். இனி கள்வர்களுக்கு எதிராகக் கடுமையான நடவடிக்கைகள் எடுக்கப்படும்" என்று கண்கள் சிவக்கக் கட்டளையிட்டார் பாண்டியர்.

இவ்வாறு பேசிக்கொண்டிருக்கும்போதே வாசலில் அரண்மனைப் பொற்கொல்லர் கலங்கியபடி வந்து நின்றார். ‘என்ன கலக்கம்’ என்று அவரை அருகில் அழைத்து விசாரித்தார் மன்னர்.

“பிழை நேர்ந்துவிட்டது மன்னா! தாங்கள் சரிசெய்யும்படி என்னிடம் அளித்த அரசியின் சிலம்பு காணாமல்போய்விட்டது” என்று மதுரையை எரிக்கவிருக்கும் நெருப்பிற்கான முதல் தீப்பந்தத்தை வீசினார் அந்தப் பொற்கொல்லர்.

ஐஐ

திருமணங்கள் சொர்க்கத்தில் நிச்சயிக்கப்படுகின்றன

எல்லாரும் வற்புறுத்தி அழைத்து வந்திருந்தாலும் பெண்வீட்டை அடைந்தவுடன் கொஞ்சம் பதட்டமாகத்தான் இருந்தது அருணுக்கு. பெண்வீட்டார் எல்லாரும் வந்தவர்களைக் கையெடுத்து வரவேற்று உள்ளே அழைத்துச்சென்றனர். உள்ளே அப்பா, அம்மா, மாமா, தங்கை எல்லோரும் சூழ்ந்திருக்க சோபாவில் அமர்ந்தான் அருண்.

"நாங்க ஒன்னும் வசதியானக் குடும்பம் எல்லாம் இல்ல. இருந்தாலும் பொண்ணு ஆசைப்பட்டாளேன்னு ரெண்டு டிகிரி படிக்க வச்சோம். அவ இப்போ நல்லா கைநிறைய சம்பாதிக்குறா. என் பொண்ணுனு சொல்லல அவ உண்மையாவே ரொம்ப நல்ல பொண்ணு" என்று மகள் புராணம் பாடிக்கொண்டிருந்தார் பெண்ணின் அப்பா.

"நீங்க சொல்லவே தேவையில்லை. அதெல்லாம் உங்கப் பொண்ணைப் பத்தி நல்லாவே தெரிஞ்சுதான் பங்காளி என் மாப்பிள்ளைக்குப் பொண்ணுகேட்டு வந்து இருக்கோம்" என்று பதிலுக்குப் பேசிக்கொண்டிருந்தார் அருணின் மாமா.

ஒருவழியாக பெண்ணைக் காபி கொண்டுவரச் சொன்னார்கள். கையில் காபி தட்டுடன் வெளியில் வந்தாள் அனுபல்லவி. போட்டோவில் பார்த்ததைவிட நேரில் ரொம்பவே அழகாக

இருந்தாள். சுமாரான உயரம், நல்ல ஜொலிக்கும் நிறம், முடி கருப்பாக நீளமாகவே இருந்தது. காபிக் கொடுத்தவள் நிமிர்ந்துகூட பார்க்காமல் கூச்சத்துடன் உள்ளே சென்றுவிட்டாள்.

அருண் தன் தங்கை ப்ரியாவை பார்த்து விழிகளை உருட்டினான். அவள் இல்லை என்பதுபோல் தலையாட்டவும், புருவத்தை உயர்த்தி முறைத்தான். அவளும் வேறு வழியில்லாமல் பெண்ணின் தந்தையை நோக்கி, "அண்ணன் பொண்ணுகூட கொஞ்சம் தனியா பேசணும்னு ஆசைப்படுறான், பேசலாங்களா?" என்று தயங்கியபடியே கேட்டாள்.

"இதுல என்னங்க இருக்கு? இப்போ எல்லாம் இதுவும் ஒரு பழக்கம் மாதிரி ஆகிடுச்சே! மாப்பிள்ளை நீங்க போய் கொள்ளைப்புறத்துக் கிணத்துப் பக்கத்துல நில்லுங்க. அஞ்சு நிமிஷத்துல பொண்ண வரச்சொல்றேன்" என்று மனைவியைப் பார்த்தார் பெண்ணின் அப்பா.

எல்லோரும் அவனையே ஒரு குறும்பு கலந்த சிரிப்புடன் பார்த்துக்கொண்டிருக்க, வெட்கத்துடன் கொல்லைக்குச் சென்றான். சிறிதுநேரத்தில் அவனை நோக்கி அனு ஒருவித தயக்கத்துடன் மெதுவாக வந்து சேர்ந்தாள். இவனே பேச்சைத் தொடங்கினான்.

"நெஜம்மாவே என்ன உங்களுக்குப் புடிச்சுருக்கா?"

"ம்..."

"அதிசயம்தான்."

"நான் என்னைப் பத்திச் சொல்லட்டுமா? இல்ல நீங்களே முதல்ல பேசுறீங்களா?" என்று மீண்டும் அவனே தொடங்கினான்.

"நீங்களே சொல்லுங்க" என்று மெல்லிய குரலில் சொன்னாள்.

"நான் அருண். நான் பிறக்குறதுக்கு முன்னாடியே அம்மா, அப்பா கோயம்புத்தூருக்குப் போய்ட்டாங்க. நான் பிறந்தது, வளர்ந்தது எல்லாம் அங்கதான். M.A. வரை படிச்சுட்டு அங்கேயே ஒரு நல்ல ஸ்கூல்ல A.H.M. வேலை செய்யுறேன். புடிச்ச வேலை, நல்ல சம்பளம்னு நல்லாதான் இருக்கேன். எனக்கு இந்த அர்ரேஞ்சுடு மேரேஜ் *(Arranged Marriage)* இந்த மாதிரி விஷயத்துல எல்லாம் அதிகம் நம்பிக்கை இல்ல. இன்னைக்கு நிச்சயம் ஆனாலும், கல்யாணத்துக்கு ஒரு ஆறு மாசம் ஆகட்டும்னு வீட்ல டைம் கேட்டுருக்கேன். அந்த ஆறு மாசம் நம்ம ஒருத்தர ஒருத்தர் புரிஞ்சுக்க நல்ல வாய்ப்பா இருக்கும்னு நெனைக்கிறேன். உங்களைப் பத்திச் சொல்லுங்களேன்."

"நான் அனு. சின்ன வயசுல இருந்தே இதே ஊர்தான். *M.sc computer* படிச்சு முடிச்சப்பறம் வீட்ல கேட்டு கோயம்புத்தூர்லதான் ரெண்டு வருஷமா ஒரு கம்பெனில வேலை செஞ்சுட்டு இருந்தேன். இப்போ லீவுல வந்தப்போ என்னையும் உங்களை மாதிரியே கல்யாணம் பண்ணிக்க சொல்லி ஒரே டார்ச்சர். அப்பறம்தான் உங்க போட்டோ காட்டினாங்க, உங்களுக்கும் என்ன புடிச்சுருக்குன்னு சொன்னாங்க, அம்மா, அப்பாவுக்கும் உங்களை ரொம்பப் புடிச்சுப்போச்சு அதான் சரின்னு சொல்லிட்டேன்" என்று அவள் அதே மென்மையுடன் பேசியது கேட்க இனிமையாக இருந்தது.

"உங்க மொபைல் நம்பர் கொடுங்க. நீங்க கோயம்புத்தூர் வந்தப்பறம் கண்டிப்பா வந்து என்னை மீட் பண்ணனும்" என்று அவளது நம்பர் வாங்கிக்கொண்டான்.

"நான் உங்களை ஏற்கெனவே பார்த்து இருக்கேன்."

"என்னையவா? கோயம்புத்தூர்லயா?" என்று வியப்பாகக் கேட்டான்.

"இல்லை, இங்கதான் இந்த ஊர்ல. நீங்க உங்க மாமா வீட்டுக்கு ரெண்டு மூனு தடவை கோயில் திருவிழாவுக்கு வந்தப்போ பாத்து இருக்கேன். அப்போ இன்னும் கொஞ்சம் ஒல்லியா, வெள்ளையா இருப்பீங்க. உங்க தங்கச்சிகிட்ட கூட அடிக்கடிப் பேசி இருக்கேன். உங்ககிட்டதான் பேசுனது இல்ல" என்று கன்னம் சிவக்கச் சொன்னாள்.

"சாரி, நான் உங்களைப் பார்த்தது இல்லை" கொஞ்சம் மௌனத்துக்குப் பின், "நான் வரேன். ஃப்ரீயா இருக்கும்போது கால் பண்ணுங்க" என்று சொல்லிவிட்டுக் கிளம்பினான்.

வீடு முழுவதும் சிரிப்பலைகள் சூழ்ந்திருக்க, நிமிர்ந்து பார்க்காமல் உள்ளே நுழைந்து பழைய இடத்தில் உட்கார்ந்தான். பிறகு எல்லாம் நிச்சயம் செய்துவிட்டுக் கிளம்பினார்கள். அருண் வாசலுக்கு வந்தபோது, 'மீட் யூ சூன்' என்று அவனது அலைபேசியில் அனுவின் குறுஞ்செய்தி மின்னியது.

கொஞ்சநாட்களிலேயே ஒரு நல்ல உணர்வு வந்துவிட்டது இருவருக்குள்ளும். தினமும் யாருக்கும் தெரியாமல் பலமணி நேரம் போன் பேசுவது, நண்பர்களிடம் மொக்கை வாங்குவது, இவ்வளவு ஏன்? இருவரும் யாருக்கும் தெரியாமல் வேலைக்கு லீவு போட்டுவிட்டு வெளியில் சுற்றும் அளவு நெருங்கிவிட்டார்கள்.

ஒருநாள் அவளுக்குப் போன் செய்த அருண், "என் ஃப்ரண்ட்ஸ் எல்லாரும் உன்னைப் பார்க்கணும்னு சொல்றாங்க,

ஞாயிற்றுக்கிழமை மதியம் மால்க்கு வரமுடியுமா?" எனக் கேட்டான். அவளும் வருவதாக ஒப்புக்கொண்டாள்.

ஞாயிறன்று அருண், அவனது தோழர்கள் ஈஸ்வர், வினய், தோழி ப்ரீத்தி எல்லோரும் அனுவின் வருகைக்காக மாலில் காத்திருந்தனர். தூரத்திலேயே அவளைப் பார்த்த அருண் சைகை செய்து அவர்கள் இருக்கும் இடத்தைத் தெரியப்படுத்தினான்.

"டேய் அருண், ரொம்ப அழகா இருக்காடா உன் ஃபியான்சே. இனி எங்க நீ எங்களைப் பார்க்க வரப்போற? நாங்கதான் உன்னைத்தேடி வரணும்போல" என ப்ரீத்தி அவனைச் சீண்டினாள்.

எல்லோரும் ஒருவரையொருவர் அறிமுகப்படுத்திக்கொண்டு, சாப்பிடுவதற்கு அருகிலுள்ள ஹோட்டலுக்குச் சென்றனர். அனு உக்காருவதற்கு நாற்காலியை நகர்த்திய அருணைப் பார்த்து அவனுடைய நண்பர்கள் நக்கலாகச் சிரித்தனர்.

சாப்பிடும்போது, "அனு உங்ககிட்ட அருண் இதுக்கு முன்னாடி கயல்விழி பத்திச் சொல்லி இருக்கானா?" என்று விஷமப் புன்னகையுடன் கேட்டான் ஈஸ்வர்.

"டேய் கொஞ்சம் சும்மா இருடா" என்று அவனது காலை மிதித்தாள் ப்ரீத்தி.

"பரவாயில்லை சொல்லுங்க" என்றாள் அனு.

"அது ஒன்னும் இல்லைங்க. நாங்க காலேஜ் படிக்கும்போது கயல்விழின்னு ஒரு பொண்ணு எங்க டிபார்ட்மெண்ட்ல இருந்துச்சு. நம்ம அருண மூனு வருஷமா என்ன என்னவோ வித்தைக்காட்டி பாத்தான், பொண்ணு கண்டுக்கவே இல்ல. அதுல இருந்து தலைவன் பொண்ணுங்க பக்கமே போறது இல்ல" என்று ஈஸ்வர் சொல்லி முடித்தபோது அருணைத் தவிர எல்லாரும் சத்தமாகச் சிரித்தனர்.

"எல்லாப் பொண்ணுங்களுக்கும் நல்லப் பசங்களப் புடிக்கும்னு சொல்ல முடியாதுல" என்று புன்னகையுடன் அருண் கைமேல் தன் கையை ஆறுதலாக வைத்து அழுத்தினாள் அனு.

அனைவரும் ஏக குரலில் 'ஓஹோ' என்று கத்தினர். பிறகு எல்லாரும் புகைப்படம் எடுத்துக்கொண்டு கிளம்பினர். அருண் அனுவை தன்னுடைய பைக்கில் கொண்டுபோய் அவள் தங்கியிருந்த இடத்தில் விட்டான்.

ஒரு வாரம் கழித்து காலை அருண் தூங்கிக்கொண்டிருக்கும் போது அனுவிடம் இருந்து அழைப்பு வந்தது.

“என்ன அனு இவ்ளோ காலைல கூப்பிட்டு இருக்க?” என்று தூக்கக் கலக்கத்தில் கேட்டான்.

“இங்க திருப்பூர் பக்கத்துல ஒரு சொந்தக்கார அங்கிள் இறந்து போய்ட்டாங்க. அம்மா என்ன போய் பாத்துட்டு வரச்சொன்னாங்க. நீங்க கூட வருவீங்களா?” எனக் கேட்டாள்.

“சொந்தக்காரங்க வீட்டுக்கா?” எனத் தயக்கத்துடன் இழுத்தான்.

“நீங்க வரலன்னா நான் தனியா போகணும். உங்களுக்கும் அவுங்க சொந்தம்தான் வாங்களேன், ப்ளீஸ்.”

“சரி அனு.”

இருவரும் பைக்கில் அங்கு சென்றபோது வீடு முழுவதும் சோகமான முகங்கள் உலவிக்கொண்டிருந்தன. வெளியில் பாடை கட்டி, எல்லாம் தயாராக இருந்தது. மெதுவாக நகர்ந்து இருவரும் இறந்தவர் அருகில் சென்றனர்.

இறந்தவர் அருகில் அவரது மனைவி அழுதுகொண்டிருந்தார். அனு அவர் அருகில் சென்று கட்டியணைத்து ஆறுதல் கூறினாள். அழுதுகொண்டிருந்த பெண்மணி நிமிர்ந்து அருணை உற்றுப் பார்த்தார்.

“தம்பி நீங்க சாந்தி அக்கா பையனாப்பா?”

“ஆமாங்கம்மா.”

“அய்யா! ராசா! எப்படியா இருக்க? நீ குழந்தையா இருக்கும்போது உன்ன பாத்தது. அப்போலாம் இவர் உன்னைய தூக்கிட்டே இருப்பாரு, இப்போ இவரைத் தூக்கிப்போட வந்து இருக்கியாயா?” என அவனை அணைத்துக்கொண்டு அழுதாள் அந்தப் பெண்மணி.

அன்று சாயங்காலம் இறந்தவரைத் தூக்கும்போது அருணும் சேர்ந்துகொண்டான். இடுகாட்டுக்குச் சென்று காரியம் எல்லாம் முடிந்தபின் கண்ணீருடன் அந்தப் பெண்ணிடம் விடைபெற்றான் அருண்.

அனு தங்கியிருக்கும் இடத்திற்குச் செல்லும்வரை அருண் எதுவும் பேசவில்லை. அவள் பைக்கிலிருந்து இறங்கி, ‘நாளைப் பார்க்கலாம்’ என்று சொல்லி உள்ளே செல்லத் திரும்பினாள்.

அருண், “அனு, தாங்க்ஸ்” என்றான் முகத்தில் ஒருவித நிம்மதியுடன்.

"எதுக்கு?"

"எனக்கு சின்ன வயசுல இருந்தே சொந்தக்காரங்க இருக்காங்களான்னுகூட தெரியாது. யாரையும் நான் பெருசா மீட் பண்ணதில்லை. ஆனா, இன்னைக்கு அந்த அம்மா என்னைக் கட்டிப்புடிச்சு அழுத்தப்போ எனக்கு ஏதோ ஒரு பெரிய பாரத்தை சுமக்குற மாதிரி இருந்துச்சு. கஷ்டத்துலதான் சொந்தம் எல்லாம் தேவைப்படும்னு இன்னைக்குதான் எனக்குத் தெரிஞ்சுது. தாங்க் யூ சோ மச் அனு" என்று அவள் கையைப் பிடித்து நன்றி சொல்லிவிட்டுக் கிளம்பினான்.

மேலும், ஒரு மாதம் கழிந்தது.

பிப்ரவரி 14, இதோ வந்துடுச்சே வேலன்டைன்ஸ் டே!

அன்று காலை அருண் நேராக அனு தங்கியிருக்கும் இடத்திற்குச் சென்றான்.

"இன்னைக்கு உனக்கு என்ன ப்ளான் இருந்தாலும் கேன்சல் பண்ணு. இது என்னோட வேலன்டைன்ஸ் டே கிப்ட். உள்ளபோய் இந்தச் சேலையைக் கட்டிட்டு வா" என்று தான் வாங்கி வந்த சேலையை அவள் கையில் திணித்துவிட்டு வெளியில் காத்திருந்தான்.

அறையிலிருந்து வெளியில் வந்தாள் அனு. கருப்பு சேலை அவள் நிறத்திற்குக் கூடுதல் எடுப்பாக இருந்தது. கண்களை இமைக்காமல் அவளையே பார்த்துக்கொண்டிருந்தான் அருண்.

"என்னாச்சு அருண்? ஏன் இப்படிப் பாக்குறிங்க?"

"ஒன்னும் இல்ல ரொம்ப அழகா இருக்க, எப்போவும்போல."

"ஐயையோ என்னாச்சு வாத்திக்கு இன்னைக்கு? எல்லாமே புதுசா இருக்கு!"

"ஒன்னுமில்லை வண்டில ஏறு" என்று அவளைக் கூட்டிக்கொண்டு அன்று முழுவதும் அவளுக்குப் பிடித்த தியேட்டர், ஹோட்டல், பார்க் என்று சுற்றினான்.

இரவு சாப்பிட்டு முடித்தபின் அவள் தங்கியிருந்த இடத்திற்கு இருவரும் வண்டியில் சென்றனர். அவளை இறக்கிவிட்டவன், "நாளைக்குப் பாக்கலாம். பை" என்றான்.

"அவ்வளவுதானா?" என்றாள் கொஞ்சம் அதிர்ச்சியுடன்.

"வேற என்ன?"

“நிஜமாவே அவ்ளோதானா? எதுவும் மறக்கலையா? இன்னொரு தடவை கேக்கமாட்டேன்.”

“இல்லையே, பை”

“போயா” என்று கோபமாக அவளது அறைநோக்கி வேகமாக நடந்தாள்.

கதவைத் திறந்து லைட் ஸ்விட்சைப் போட்டாள். அறை முழுவதும் கலர் பேப்பர்கள் தோரணமாகத் தொங்கிக் கொண்டிருந்தன. மேஜைமீது ரோஜா இதழ்களினால் இதயவடிவம் அமைக்கப்பட்டிருந்தது. அதிர்ச்சியுடன் திரும்பிப் பார்த்தவள் முன் ஒரு முட்டியைத் தரையில் வைத்து அருண் நின்றிருந்தான்.

“அனு! நான் இப்போவும் சொல்றேன், எனக்கு அர்ரேஞ்டு மேரெஜ்மேல எல்லாம் நம்பிக்கை இல்ல. ‘திருமணங்கள் சொர்கத்தில் நிச்சயிக்கப்படுகின்றன’ன்னு பெரியவங்க சொல்றதெல்லாம் உன்ன பாக்குறவரை நான் நம்பவே இல்ல. இந்த நாலு மாசத்துல எவ்வளவோ உன்னால நான் தெரிஞ்சுக்கிட்டேன் அனு. இதுக்குமேல உன்னப்பத்தித் தெரிஞ்சுக்க அவசியம் இல்லன்னு நெனைக்குறேன். நான்தான் ஆறுமாசம் டைம் கேட்டேன். ஆனா, இதுக்குமேல உன்ன கல்யாணம் பண்ணிக்க லேட் பண்ணமுடியாது. அனு! ஐ லவ் யூ! வில் யூ மேரி மீ?”

“கண்டிப்பா! ஹாப்பி வேலன்டைன்ஸ் டே!” என்று அழுது கதறியபடியே அருணை இறுக்கி அணைத்துக்கொண்டாள் அனு.

சந்திப்பு

அமைதியான சூழ்நிலை, ஓடியாடும் குழந்தைகள், காலியான பெஞ்சுகள் என அந்த பார்க் சூழல் படிப்பதற்கு ஏற்றதாகவே இருந்தது. அவ்வளவு நேரம் தன்மேல் விழுந்த மாலை வெயில் மறைக்கப்படுவதை திவ்யா உணர்ந்தாள்.

"நான் இங்கே உக்காராலாமா?" கேட்டவன் அஜானுபாகுவான, நல்ல உயரமான அழகிய இளைஞனாக இருந்தான்.

"தாராளமா! உக்காருங்க சார்" என்றபடி தன் காதில் இருந்த ஹெட்போனைக் கழற்றிவிட்டு, புத்தகப்பையை நடுவில் வைத்து பெஞ்சின் ஒரு மூலைக்கு நகர்ந்தாள். பின், தான் படிக்கவேண்டிய தேர்வுக்கான ஆர்ட்டிகிளைப் புரட்டிக்கொண்டிருந்தாள்.

"நீங்க கையில வச்சுருக்கது ரெண்டு வருஷம் பழைய ஆர்ட்டிகிள், அந்த டேட்டாஸ்ல இப்போ கொஞ்சம் மாறுதல்கள் இருக்கு" என்றான் அவன்.

"எங்களோட ப்ரொபசர் இதுதான் சிலபஸ் ரெகமெண்டெட் ஆர்ட்டிகிள்னு சொன்னாங்க. பை தி வே நான் திவ்யா."

"என்னோட பேர் சலீம் அலி, எந்தக் காலேஜ்ல படிக்கிறிங்க?"

"அழகப்பா என்ஜினீயரிங் காலேஜ்ல பைனல் இயர் படிக்குறேன்."

"வாவ்! நான் எட்டு வருஷம் முன்னாடி அங்கதான் படிச்சேன்."

“கேக்கவே ஆச்சர்யமா இருக்கு! இதுதான் கோயின்சிடெண்ட்னு சொல்லுவாங்க போல! உங்களைப் பார்த்ததில் சந்தோசம்.”

“உங்களுக்கு ப்ரொபசர் ‘ஜான்ராஜ் ‘அவரைத் தெரியுமா திவ்யா?”

“நல்லாவே தெரியும், ரொம்ப ஜாலியான ப்ரொபசர். ஆனால் ரெண்டு வருஷம் முன்னாடி ரிட்டயர் ஆகிட்டாரு.”

“ஆமா, ரொம்ப நல்ல மனுஷன், எங்களுக்கு நல்ல ஃப்ரண்டு மாதிரி அவர்.”

“ஒரு ஜூனியரா கேக்குறேன். நீங்க காலேஜ் படிக்கும்போது நடந்த கதை எல்லாம் சொல்லுவிங்களா ப்ளீஸ்!” என்று கெஞ்சலாகக் கண்களில் ஆர்வம் மின்ன கேட்டாள்.

“கொஞ்சம் நீளமா போகும் பரவாயில்லையா?” எனச் சிரித்தபடிக் கேட்டான்.

“பரவால்ல எவ்வளவு நீளம் போனாலும் நான் கேக்குறேன். சொல்லுங்க ப்ளீஸ். கண்களில் இன்னும் அதே ஆர்வம் வெளிப்பட கதைக் கேட்கத் தயாரானாள்.

“நான் கிராமத்துப் பக்கம் இருந்து என்ஜினீயரிங் படிக்குறதுக்காக முதல்தடவையா சென்னை வந்தேன். முதல்முறையா அவ்வளவு பெரிய காலேஜ் பாத்த உடனே கை, கால் எல்லாம் உதற ஆரம்பிச்சுடுச்சு. வகுப்புக்குப் போன முதல்நாளே என் பதட்டத்தைக் கண்டுபுடுச்சு சாயங்காலம் என்னைத் தனியாக் கூப்பிட்டு அட்வைஸ் பண்ணவரு ஜான்ராஜ் சார்தான். அதுக்கு அப்பறம் கொஞ்சகொஞ்சமா ஷங்கர்னு ஒருத்தன் என்னோட க்ளோஸ் ஃப்ரண்டு ஆனான்” என்று சலீம் சொல்லும்போது அவள் கண்களில் ஆர்வம் குறைவதைக் கண்டான் சலீம்.

“ரொம்ப மொக்க போடறேன் போல, நான் வேணும்னா நிறுத்திக்கவா திவ்யா?”

“காலேஜ்ல சேர்ந்தது எல்லாம் விட்டுட்டு காதல், சண்டை, கலவரம்னு ஏதாவது இருந்தா சொல்லுங்களேன். நீங்க படிக்கும்போது நம்ம காலேஜ் ஸ்டூடன்ட்ஸ் ஏதோ பெரியக் கலவரத்துல ஈடுபட்டதா கேள்விப்பட்டேனே?”

“சரி சொல்றேன். ஆனா இது என் காதல் இல்லை, ஷங்கருடையது. நாங்க தர்ட் இயர் (*Third Year*) படிக்கும்போது ‘சூழலியல் ஆர்வலர்கள் இயக்கம்’ன்னு ஒரு இயக்கத்தைப்

ப்ரொபசர் சுப்பையா உருவாக்கினார். நாங்க ஒரு நாற்பதுபேர் வாரம் ஒரு கிராமத்துக்குப் போய் சுத்தம் செய்யுறது, செடி நடுறது இப்படி ஏதாவது செய்வோம். அப்போ பெண்கள் அணிக்குப் பொறுப்பெடுத்து பவித்ரானு ஒரு பொண்ணு எல்லாம் செஞ்சுட்டு இருந்தா. நாங்க அந்தப் பொண்ணுகூட நல்லா பேசிப் பழகுனோம். அப்பப்போ அந்தப் பொண்ண பாக்க அவ டிபார்ட்மெண்ட்க்குப் போகும்போது, கயல்விழின்னு ஒரு பொண்ணு அடிக்கடி ஷங்கரைப் பார்த்துக்கிட்டே இருக்கத கவனிச்சேன். திரும்பிப் பாத்தா இவனும் அவளையே பாத்திட்டு இருந்தான். நான் இதை உடனே பவித்ராகிட்ட சொன்னேன். நாங்க ரெண்டுபேரும் இதைக் கண்டுபிடிக்க ஒரு பிளான் போட்டோம். ரெண்டுநாள் தொடர்ந்து பவித்ரா எங்க டிபார்ட்மெண்ட்க்கு வந்து எங்களைச் சந்திச்சா. மூனாவது நாள் ஷங்கர் என்னைப் பாடாபடுத்தி பவித்ரா டிபார்ட்மெண்ட்க்குப் போகணும்னு சொல்ல, நானும் பவித்ராவும் அவனைத் தனியா கூட்டிட்டுப்போய் என்னன்னு விசாரிச்சோம்..."

"தலைவன் காதலை ஒத்துக்கிட்டாரா?" என்று சிரித்தபடி ஆர்வமாகக் கேட்டாள் திவ்யா.

சலீம் சிரித்தபடி, "இல்லவே இல்லன்னு சாதிச்சான். அப்பறம் ஒத்துக்க வச்சுட்டோம். பின்ன நானும் பவித்ராவுமே போய் அந்தப் பொண்ணுகிட்ட பேசி, சார் காதலை சேர்த்துவச்சோம்."

"கொஞ்சம் பழசா இருந்தாலும் பரவால்ல நல்லாவே இருக்கு. அப்பறம், அந்தக் கலவரம் எப்படி நடந்தது?"

"அதுவும் எங்களாலதான். எல்லாம் நல்லபடியாத்தான் போய்க்கிட்டு இருந்துச்சு. அப்போ தமிழக முதலமைச்சர் ஒரு வயர்லெஸ் நெட்ஒர்க் சம்பந்தமான ஒப்பந்தத்துல கையெழுத்துப் போட்டு இருந்தாரு இது சுற்றுச்சூழல் ஆர்வலர்களுக்கும், பறவைகள் நல ஆர்வலர்களுக்கும் மத்தியில பெரிய அதிர்வை உண்டாக்குச்சு. எல்லாரும் அவங்க எதிர்ப்பை முன்வச்சாங்க, நாங்க எங்க இயக்கத்துலகூட இதைப் பத்தி விவாதிச்சோம். இது நடந்து ஒரு மாசத்துக்கு அப்பறம் காலேஜ்ல நடந்த ஒரு விழாவுக்குச் சிறப்பு விருந்தினரா முதலமைச்சர் வந்தார். அன்னைக்கு ஜான்ராஜ் சர் கல்லூரிக்கு வரல. விழா முடிஞ்ச அப்பறம் எங்க இயக்கம் சார்பான மாணவர்களும் அவர்களோட நண்பர்கள்னு ஒரு நானூறுபேர் முதலமைச்சருடைய காரை மறைச்சு அமைதியா ஒக்காந்துட்டோம். ஒரே பரபரப்பாகிடுச்சு. ப்ரின்சிபால், தாளாளர்னு எல்லாரும் வந்து பேசினாங்க. திடீர்ன்னு எங்க பக்கம் கூட்டம் அதிகமாகிடுச்சு.

திருமாறன் இராதாகிருஷ்ணன் | 47

யாரும் எதிர்பாக்காம போலீசார்மேல கல்லு விழுக ஆரம்பிச்சுடுச்சு. எங்களுக்கு ஒண்ணுமே புரியல. போலீஸ் எல்லாம் தடியடி நடத்த ஆரம்பிச்சுட்டாங்க. காலேஜ் முழுவதும் கல்லு, கட்டை, ரத்தம்னு ஒரே போர்க்களம். அந்தக் கலவரத்துல பன்னிரெண்டு மாணவர்கள் இறந்துட்டாங்க. நெறயபேருக்குப் படுகாயம். ஒரு வாரம் கழிச்சுக் கலவரத்துக்குக் காரணம்னு ஆறு எதிர்க்கட்சி உறுப்பினர்களக் கைது பண்ணாங்க. இறந்த மாணவர்களுக்கு இரங்கலும், இழப்பீட்டுத் தொகை அளிக்கப்படும்னும் முதலமைச்சர் அறிக்கைவிட்டார். தான் கையெழுத்துப் போட்ட அந்தத் திட்டத்தையும் ரத்துப் பண்ணிட்டாரு" என்று பெருமூச்சுடன் மெல்லிய குரலில் சொல்லி முடித்தான்.

"ஐ எம் சாரி. இது இவ்வளவு சீரியஸ் ஆன விஷயம்னு எனக்குத் தெரியாது. நான் ஏதாவது தப்பா கேட்டிருந்தா மன்னிச்சுடுங்க."

"பரவாயில்லைங்க சில கெட்ட விஷயங்களைத் திரும்பி நெனச்சிப் பார்க்கும்போதுதான் நம்ம மனஉறுதி எவ்வளவு பெருசுன்னு நமக்கே புரியுது."

"அப்படியே உங்க போன் நம்பர் கேட்டா கோச்சுக்க மாட்டீங்களே?" என்று கேட்டபடி தனது அலைபேசியை கையில் எடுத்தாள் திவ்யா.

"இல்லைங்க நான் மொபைல் யூஸ் பண்றது இல்ல. எனக்கு நேரமாச்சு என் ப்ரண்ட்ஸ் ஷங்கர், பவித்ரா, கயல்விழி எல்லாரும் காத்திட்டு இருப்பாங்க. நான் வரேன் இன்னொருநாள் பார்ப்போம்" என்றபடி எழுந்தான் சலீம்.

"நான் அவங்களக் கேட்டேன்னு சொல்லுங்க. முக்கியமா உங்க நண்பர் கதாநாயகனைக் கேட்டேன்னு சொல்லுங்க" என்றாள்.

"கண்டிப்பா" என்று சொல்லியபடி நடந்து சென்று மறைந்தான்.

சிறிதுநேரம் பெஞ்சில் உக்காந்து படிக்க முயன்றாள். பின் ஏதோ தோன்றியவளாய் ப்ரொபசர் ஜான்ராஜ்க்கு அலைபேசியில் அழைத்தாள்.

சிறிதுநேரம் கழித்துப் போனை எடுத்தவர், "என்னமா ரொம்பநாள் அப்பறம் கூப்பிட்டுருக்க. இப்போதான் இந்த வாத்தியார் இருக்கது எல்லாம் ஞாபகம் வருதா?" என சிரித்தபடி கேட்டார்.

"ஜோக் எல்லாம் ஓரமா இருக்கட்டும். இன்னைக்கு நடந்தத சொன்னா நம்பமாட்டீங்க சார்! உங்க பழைய ஸ்டூடெண்ட் 'சலீம்'னு ஒருத்தரப் பாத்தேன். நம்ம காலேஜ் கலவரம் நடந்த விஷயத்தை எல்லாம் அவர் எனக்குச் சொன்னார்."

"சலீமா! இப்போ நீ எங்க இருக்க?" என்று அதிர்ச்சியுடன் கேட்டார்.

"ஏன் சார்? நம்ம அண்ணாநகர் பார்க்லதான் இருக்கேன். என்னாச்சு?"

"அம்மாடி நான் சொல்றதக் கேட்டுப் பதட்டப்படாத. எட்டு வருஷம் முன்னாடி சலீம், ஷங்கர், கயல்விழி, பவித்ரானு நாலு புள்ளைங்க மத்த பசங்க உதவியோட நம்ம காலேஜ்க்கு வந்த முதலமைச்சர் காரை மறிச்சுப் போராட்டம் பண்ணாங்க. அது பெரிய கலவரம் ஆகிடுச்சு. அதுல பன்னிரெண்டு புள்ளைங்க அநியாயமா செத்துப்போச்சுங்க. அதுல சலீம், பவித்ரா, கயல்விழினு அந்தப் போராட்டத்துக்குக் காரணமான புள்ளைங்களும் மத்தப் புள்ளைங்கள காப்பாத்துர முயற்சில செத்துப் போச்சுங்க. அந்த ஷங்கர்ங்கிற பையன் மட்டும் தலைல பலத்தக் காயத்தோட உயிர்பொழச்சதா கேள்விப்பட்டேன். இன்னைக்கு நீ பார்க்ல சந்திச்சது கண்டிப்பா சலீம் இல்லமா, வேற யாரோ...

திவ்யா கையில் இருந்த அலைபேசி நழுவித் தரையில் விழுந்து நொறுங்கியது.

౮౦౩

மூன்று கொலைகளின் கதை

"கடைல இருக்க காசு எல்லாத்தையும்கூட எடுத்துட்டுப் போ, நான் போலீஸ்லகூட சொல்லமாட்டேன். என்னய எதுவும் செஞ்சுராத. உனக்கு இத்தனைநாள் வேலைக்குடுத்த முதலாளியக் காசுக்காக கொல்றது நியாயம் இல்லடா ஆறுமுகம்" என்று கையில் சுத்தியுடன் தன்னை நெருங்கிக்கொண்டிருக்கும் ஆறுமுகத்திடம் கெஞ்சினார் ரங்கசாமி.

"சீ... காசுக்காக உன்னக் கொல்றதா இருந்தா நான் ஏன்டா இத்தனைநாள் உனக்கு வேலை செய்யப்போறேன். இது காசுக்காக இல்லை, இது பகை. நியாயத்தைப் பத்தி நீயெல்லாம் பேசலாமாடா? பண்ணைப்புதூர் ஞாபகம் இருக்கா?" என்று ஆவேசமாகக் கேட்டுக்கொண்டே ரங்கசாமியை நெருங்கினான் ஆறுமுகம்.

O

1988 - பண்ணைப்புதூர்

"அடேய் என் மவனக் கெடுக்குறதே நீதான்டா சின்னசாமி. இப்பிடித்தான் உங்கப்பன் என் புருஷனக் கூட்டிட்டுப்போய் உசுப்பேத்திவிட்டு மாடுமுட்டிச் சாகடிச்சான். எனக்குன்னு இருக்க என் ஒரே மவனையும் நீ கொல்லப் பாக்குறியா?" என்று வாசலில் சைக்கிளோடு நின்று ராசம்மாவிடம் வசவு வாங்கிக்கொண்டிருந்தான் சின்னசாமி.

“அப்படில்லாம் சொல்லாத பெரியாத்தா. அண்ணனை சும்மா பேச்சுத் துணைக்காகத்தான் கூட்டிட்டுப் போறேன். இந்தப் போட்டி சின்னசாமிப்பட்டிக்கும் சமீன்புதூருக்கும்தான். நம்ம ஊர்க்காரங்க யாரும் களத்துல இறங்கப் போறதில்லை. கேள்விகேக்காம அண்ணனை அனுப்பு ஆத்தா” என்று அவளிடம் மன்றாடினான் சின்னசாமி.

“காலங்காத்தால அவனைப்போட்டு வறுத்தெடுக்காத மா, நான் போய் தூர நின்னு வேடிக்கை மட்டும் பாத்துட்டு வந்துறேன். வண்டியத் திருப்புடா சின்னா” என்று அதற்குமேல் ராசம்மாவைப் பேசவிடாமல் கிளம்பினான் வேலப்பன்.

சிறிதுதூரம் சென்றபின் சின்னசாமி தோளைப் பிடித்து அழுத்திய வேலப்பன், “கெழக்குத் தெரு வழியா வண்டிய விடுடா” என்றான்.

“நேரா போனாலே பாஞ்சு நிமிசத்துல கோயில் மந்தைக்குப் போயிரலாம். எதுக்குச் சுத்திப் போகச் சொல்ற?”

“காரணமாதான்டா, சீதம்மாவ பாத்து ரெண்டு வாரமாச்சு. அதான் போற வழியில அவள ஒரு பார்வைப் பாத்துட்டுப் போகலாம்னு.”

“இது சரியில்லணே. நீ சின்ன வயசுல இருந்து அவமேல ஆசைப்பட்டுருக்கலாம். அவ புருஷன் செத்துப்போய் நாலு வருஷம்கூட ஆகியிருக்கலாம். ஆனா அவளுக்கு ஒரு மகன் இருக்கான் அஞ்சு வயசுல. நீ தேவையில்லாம ஆசைய வளத்துக்காத, அவ்வளவுதான் நான் சொல்லுவேன்.”

“டேய் நீயும் இந்த ஊருக்காரைங்க மாதிரியே பேசாதடா. அவளுக்குக் கல்யாணம் ஆனப்போ நான் மனசுக்குள்ளயே எவ்வளவு புழுங்குனேன்னு எனக்கு மட்டும்தான்டா தெரியும். அதுக்கப்பறம் அவ புருஷன் செத்துப்போய் அவ அவளோட அப்பன் வீட்டுக்குத் திரும்பி வந்தப்போகூட எனக்கு வருத்தமாதான்டா இருந்தது. அவ, அவளோட அப்பன் வீட்டுல இப்பிடிக் கஷ்டப்பட்டு வாழுறத என்னால பாக்க முடியலடா. அவளுக்குப் பையன் இருந்தா என்ன? அவனை நான் என் மவன் மாதிரி வளப்பேன்டா. அவளுக்கு என்னய புடிச்சா மட்டும் போதும். அவள நான் சந்தோசமா பாத்துப்பேன்.”

“சரி அவளுக்குப் புடிக்குதுன்னுகூட வச்சுக்கோ, அவ அப்பன் ஒத்துக்கணும், பெரியாத்தா ஒத்துக்கணும், இந்த ஊர் ஒத்துக்கணும். இதெல்லாம் நடக்குற காரியமாண்ணே?”

“அதெல்லாம் பின்னாடி பாத்துக்கலாம். நீ, அவ தெருவுக்கு வண்டியத் திருப்புடா...”

சைக்கிள் கிழக்குத் தெருவுக்குள் நுழைந்து சென்று கொண்டிருந்தது. சீதம்மா அவள் வீட்டின்முன் உள்ள அடுப்பில் சோறாக்கிக் கொண்டிருந்தாள். அவள் அறியாமல் அவளையே பார்த்தபடி சைக்கிளோடு பயணித்தான் வேலப்பன். சைக்கிள் கோவில் மந்தையை நோக்கி விரைந்தது.

அந்த மாவட்டம் முழுவதும் பண்ணைப்புதூர்க் கோவில் மந்தையில் நடைபெறும் சல்லிக்கட்டு மிகவும் பிரபலம். அதைக் காண மாநிலத்தின் பல்வேறு மூலைகளில் இருந்து சல்லிக்கட்டு ரசிகர்களும், மாடுபிடி வீரர்களை திணற வைக்கும்படி மிகச்சிறப்பாகப் பயிற்றுவிக்கப்பட்டக் காளைகளுடன், காளை உரிமையாளர்களும் வருடாவருடம் வந்து பண்ணைப்புதூரில் குவிவது வாடிக்கை. பல மாடுபிடி வீரர்கள் தங்கள் உயிரைத் துச்சமென மதித்து பல்வேறு வீர சாகசங்கள் நிகழ்த்திய களம் அது.

அன்றும் அதேபோல் மக்களாலும், மாடுகளாலும் நிறைந்து வழிந்தது பண்ணைப்புதூர்க் கோவில் மந்தை. அன்றைய சல்லிக்கட்டில் ஒரு சிறப்பு இருந்தது. பலநூறு ஆண்டுகளாக இந்தப் பெருமைமிக்க களத்தில் சின்னசாமிப்பட்டி, சமீன்புதூர், பண்ணைபுரம் ஆகிய மூன்று ஊர்களுக்குத்தான் பயங்கரமானப் போட்டி நிகழும். சென்ற வருடம் போட்டியில் சின்னசாமிப்பட்டி, சமீன்புதூர் இடையே கடைசிநேரத்தில் பெரிய பிரச்சனை நடந்தது. அதன் காரணமாக, இந்த வருடத்தின் மிக முக்கியப் போட்டியாக சமீன்புதூர் - சின்னசாமிப்பட்டி இடையே நடைபெறும் போட்டிக் கருதப்பட்டது. அந்தக் கடைசிப் போட்டியில் வேறு எந்த ஊர்க்காரர்களும் கலந்துகொள்ள வேண்டாம் என மற்ற ஊர்க்காரர்களை இரண்டு ஊர் பெரியவர்களும் கேட்டுக்கொண்டனர்.

காலை பதினோரு மணிக்கு முதலாவதாக கோவில் காளை தொழுவில் இருந்து அவிழ்த்துவிடப்பட்டது. மாடுபிடி வீரர்கள் அனைவரும் ஒதுங்கிநின்று கோவில் காளையைத் தொட்டு வணங்கி அதற்கு வழிவிட்டு நின்றனர். அடுத்ததாக தென்மாவட்டத்தில் இருந்து வந்திருந்த ஒரு காரிக்காளை முதலாவதாக அவிழ்த்துவிடப்பட்டுப் போட்டித் துவங்கியது.

சீறிப்பாய்ந்த காளைகளை அடக்கிய வெற்றி வீரர்கள் தக்க பரிசுகளால் கௌரவிக்கப்பட்டனர். கடைசியாக அனைவரும் ஆவலாகக் காத்திருந்த சமீன்புதூர் - சின்னசாமிப்பட்டி போட்டித்

துவங்குவதாக அறிவிக்கப்பட்டது. மந்தையைச் சுற்றியிருந்த பார்வையாளர்கள் மத்தியில் பலத்த அமைதி நிலவியது. வாடிவாசலைச் சுற்றி நின்றுகொண்டிருந்த மாடுபிடி வீரர்கள் அனைவரும் பார்வையாளர்களுடன் சென்று கலந்தனர்.

வாடிவாசலுக்குள் சமீன்புதூர் ஊர்த்தலைவர் ரங்கசாமியின் தம்பி பெருமாள்சாமி ஆசையாக வளர்த்த காளை கண்கள் சிவக்க, கால்களால் தரையைப் பெயர்த்தபடி ஆக்ரோஷத்துடன் வெளியே பாய காத்திருந்தது. 24 போட்டிகளில் கலந்துகொண்ட இந்தக் காளை முட்டி அதுவரை 17 பேர் இறந்திருந்தனர். ஒரு இடத்தில்கூட பிடிபடாமல் சமீன்புதூரின் பெருமையாக அந்தக் காளை விளங்கியது. சின்னசாமிப்பட்டி சார்பாக 48 ஊர் சல்லிக்கட்டில் காளைகளை அடக்கிய பாண்டித்துரை, 18 வயதிலேயே 20 காளைகளை அடக்கிய ராசு, ஒரே சல்லிக்கட்டில் எட்டு காளைகளை அடக்கிய முருகன் முதலிய எட்டுப் பேர் காளையை அடக்க வாடிவாசலுக்கு வெளியில் காத்திருந்தனர்.

கயிற்றை அறுத்தவுடன் பாய்ந்து வெளியே வந்தது காளை. புழுதிபறக்க மூச்சுவிட்டபடியே சுற்றும்முற்றும் நோட்டம்விட்டது. மாட்டுக்குப் பின்னால் நின்றிருந்தவன் காளையின் வாலைப் பிடித்தான். அதுதான் நேரம் என இன்னொருவன் பாய்ந்து காளையின் திமிலைப் பிடித்து அணைந்தான்.

சுதாரித்துக்கொண்ட காளை, திமிலைப் பிடித்தவனைக் கீழே தள்ளிக் கொம்பினால் குத்தித் தூக்கி எறிந்தது. சுற்றி நின்று வேடிக்கைப் பார்த்த மக்களின் ஆரவாரம் விண்ணைப் பிளந்தது. மக்களின் ஆரவாரத்தைக் கண்டு வாடிவாசலுக்கு வலப்பக்கம் நின்றுகொண்டிருந்த பெருமாள்சாமி மீசையை முறுக்கி தன் பெருமிதத்தை வெளிப்படுத்தினார்.

தொடர்ந்து காளையை அடக்கமுயன்ற அனைவருக்கும் தோல்வியே மிஞ்சியது. சின்னசாமிப்பட்டியிலிருந்து வேடிக்கைப் பார்க்க வந்தவர்கள் கொஞ்சம்கொஞ்சமாக மந்தையைவிட்டு வெளியேறத் தொடங்கினர். பெருமாள்சாமிக்கு எதிர்புரத்தில் நின்றிருந்த சின்னசாமிப்பட்டி ஊர்ப் பெரியவர்களால் தம் ஊர் வீரர்கள் உயிரைக் கொடுத்துப் போராடியும் வெற்றிபெற முடியாத நிலையைக் கண்கொண்டு பார்க்க இயலவில்லை.

ஒரே இடத்தில் நின்று முழு வெறியோடு விளையாட்டுக் காட்டிக்கொண்டிருந்தது காளை. உள்ளேயிருந்த சின்னசாமிப்பட்டி வீரர்கள் அனைவருமே பெரிதும் காயம்பட்டிருந்தனர். தோல்வியை

ஒப்புக்கொள்ள வேண்டிய நிலைக்குச் சின்னசாமிப்பட்டி தள்ளப்பட்டது. பெருமாள்சாமி, சின்னசாமிப்பட்டி ஊர்ப் பெரியவர்கள் அருகே வந்து அவர்கள் என்ன சொல்கிறார்கள் என கேட்க நின்றார். சின்னசாமிப்பட்டி ஊர்ப் பெரியவர்களால் தலையைக்கூட நிமிர்ந்து பார்க்கமுடியவில்லை.

“அப்பறம் என்னப்பா சின்னசாமிப்பட்டில என் காளையை அடக்குற ‘ஆம்பள’ யாரும் இல்லனு அறிவிச்சுரலாமா?” என்று உரத்தக் குரலில் பெருமாள்சாமி கூறியது கோவில் மந்தையின் பேரமைதியின் ஊடே ஈட்டிபோல பாய்ந்தது.

“உங்க காளை சிறப்பா ஆடுனது என்னவோ நெசந்தான். ஆனா, அதுக்காக சின்னசாமிப்பட்டிக்காரங்கள கொறச்சுப் பேசாதீங்க சமீனு” என்று சின்னசாமிப்பட்டிக்கு ஆதரவாக தனது குரலைப் பதிவு செய்தார் பண்ணைப்புதூரின் முக்கியத் தலைக்கட்டுகளுள் ஒருவரானப் பச்சையப்பன்.

“என்னயா உன் பங்காளி ஊருக்குப் பரிஞ்சு பேசுற? போன வருஷம் பிரச்சனை வந்தப்போ எல்லார் முன்னாடியும்தான இன்னைக்குப் போட்டிக்கு இந்த ரெண்டு ஊருதான்னு முடிவு செஞ்சது. இப்போ நீ உள்ள வந்து புதுசா அவைங்களுக்கு ஆதரவா பேசிட்டு இருக்க? தோத்துட்டாய்ங்கன்னு எல்லார் முன்னாடியும் ஒத்துக்கச் சொல்லு. அத விட்டுட்டு தேவ இல்லாமப் பேசிட்டு இருக்காத” என்று பெருமாள்சாமி எகிறிப் பேசினார்.

“சின்னசாமிப்பட்டி தோத்துப் போனது என்னவோ உண்மதான். அதுக்காக இப்படி அசிங்கமா பேசுறது எல்லாம் நியாயம் இல்ல. உங்களுக்குத் தெரியாதது ஒன்னும் இல்ல, அம்பது வருஷத்துக்கு முன்னாடி பண்ணைபுரம் - சின்னசாமிப்பட்டி ரெண்டும் ஒன்னுதான் அரசாங்கம் ஊர ரெண்டா பிரிச்சாலும், நாங்க ஒன்னாதான் பழகுறோம். அந்த ஊருக்கு ஒரு அசிங்கம்னா அது எங்க ஊருக்கும்தான். அதுனால பாத்துப் பேசுங்க சின்ன சமீனு” என்று பெருமாள்சாமியை பொறுமையாகப் பேசும்படி அறிவுறுத்தினார் இன்னொரு பண்ணைப்புதூர் முக்கியஸ்தர்.

“ஒன் பங்காளி ஊர்மேல உனக்கு அம்புட்டு அக்கறை இருந்தா நீ வந்து எங்க சமீன் காளையை அடக்கி ஒன் பங்காளி ஊர்மானத்தைக் காப்பாத்து” என்று பதிலுக்கு எகிறினான் பெருமாள்சாமியின் கையாள்களுள் ஒருவன்.

“அதெல்லாம் வேணாம்யா. நாங்க தோல்வியை ஒத்துக்குறோம் சின்ன சமீனு. எங்க ஊர் காளைகளோ மாடுபுடி வீரர்களோ இனி

அஞ்சு வருஷத்துக்கு இந்தச் சல்லிக்கட்டுல கலந்துக்கமாட்டாங்க" என்று தோல்வியை ஒத்துக்கொண்டு சமாதானம் செய்யும் விதத்தில் அமைதியாகப் பேசினார் சின்னசாமிப்பட்டி மூத்தப் பெரியவர் வெள்ளைத்துரை.

"ஏன்யா ஒன் பங்காளி ஊர்லயும் காளையை அடக்குற 'ஆம்பள' எவனும் இல்லயா?" என்று சீண்டினான் பெருமாள்சாமியின் இன்னொரு கையாள்.

இதைக் கேட்டதும் வெள்ளைத்துரைக்குச் சுருக்கென்றது. தன் ஊரால், தன் உற்ற துணையான ஊரும் அவமானப்படுவதை அவரால் ஏற்கமுடியவில்லை. "டேய் சமீனுக்கு முதுகு சொறிஞ்சு விடுற பயதான நீ, கண்டதப் பேசி பிரச்சனைய வளக்காத. போட்டி ஒன் ஊருக்கும் என் ஊருக்கும்தான், நாங்க தோத்துப்போயிட்டோம். அதோட நிறுத்திக்கோ, தேவ இல்லாம அவுங்களை இழுத்து இந்தப் பிரச்னைக்குள்ள விடாத" என்றான்.

இதைத் தொடர்ந்து பெரிய வாக்குவாதம் நிகழ்ந்தது. மூன்று ஊர் பெரிய ஆட்களும் மாறிமாறித் திட்டிக்கொண்டனர். கடைசியில் பெருமாள்சாமியே எழுந்து வந்து அனைவரையும் கையமர்த்திப் பேச ஆரம்பித்தார்.

"எனக்கு என் காளைமேல நம்பிக்கை இருக்கு. உங்களுக்கு உங்க ஊரு ஒத்துமயக் காட்டணும். இதுக்கெல்லாம் ஒரே வழிதான் இருக்கு" என்று நிறுத்தியவர், "நான் மறுபடியும் என் காளையை அவுத்துவிடுறேன். உங்க பண்ணைப்புதூர்ல இருந்து எவன் வந்தாலும் சரி, ஆனா ஒருத்தன்தான் வரணும், வந்தவன் காளையை அடக்கிட்டான்னா, எங்க ஊர்க்காரங்க யாரும் இந்தச் சல்லிக்கட்டு பக்கம் பத்து வருஷத்துக்குத் தலவச்சுப் படுக்கமாட்டான்யா. என்ன நான் சொல்றது? வேற யாருக்காவது இதுல பிரச்சனை இருக்கா?" என்று கூட்டத்தைப் பார்த்து அறைகூவல் விடுத்தார்.

பண்ணைப்புதூர் - சின்னசாமிப்பட்டி பெரியோர்கள் கூடிப்பேசினர். இப்பொழுது இந்த அறைகூவலை மறுத்தால் இரண்டு ஊர்களையும் சமீன்புதூர் ஆட்கள் பார்க்கும் இடத்தில் எல்லாம் கேலி செய்வார்கள். எனவே, இந்தச் சவாலை ஏற்றுக்கொள்வதைத் தவிர இரண்டு ஊரார்க்கும் வேறுவழித் தெரியவில்லை. இரண்டு ஊர்ப் பெரியவர்களும் சவாலை ஏற்றுக்கொள்வதாக அறிவித்தனர். சுற்றி மற்ற இடங்களில் இருந்து வேடிக்கைப் பார்க்க வந்த அனைவரும் மாபெரும் ஆரவாரம் செய்தனர்.

“பத்து நிமிஷத்துல ஒன் ஊரு ‘ஆம்பள’யக் கூட்டிட்டு வாங்க. அவன் மண்ணுதிங்க வச்சுட்டு என் காளையை வீட்டுக்குக் கூட்டிட்டுப் போய் சுத்திப் போடணும்” என்று கர்வமாக வாடிவாசலை நோக்கி தன் காளையை அழைத்துச் சென்றார்.

பண்ணைப்புதூரின் இளைஞர்கள் அனைவரையும் ஒரே இடத்தில் கூட்டினர் இரு ஊர்ப் பெரியவர்களும். பெரும்பாலான இளைஞர்கள் சல்லிக்கட்டில் மாடு தழுவியவர்களாகவே இருந்தனர். எனவே, யார் போட்டியிடுவது என அவர்களிடமே கேட்க முடிவு செய்தனர்.

“நான் போய் அந்தக் காளையை அடக்குறேன். இந்த மாதிரி இதுக்கு முன்னாடி மூனு காளைகள அடக்கிருக்கேன்” என்று முன்வந்தான் பதினேழு வயதே ஆன கிட்டன். அவனது சகாக்களும் அவனுக்கே வாய்ப்புகள் அதிகம் உள்ளது எனக் கூறினர். ஆனால், அவனது வயது காரணமாகப் பெரியவர்கள் சிறிது யோசித்தனர்.

இதைக் கண்டு பொறுக்காமல், தான் காளையை அடக்குவதாக முன்வந்தான் வேலப்பன். இதை எதிர்பார்க்காத சின்னசாமி அவனது கையைப் பிடித்துப் பின்னால் இழுத்தான்.

“ஏய் என்னப்பா அவன் வரேன்னு நிக்குறான், நீ அவனப் புடிச்சு இழுக்குற. ஒரு முடிவா சொல்லுங்கய்யா” என்று எரிச்சல்பட்டார் பெரியத் தலைக்கட்டு பச்சையப்பன்.

“அவுங்க ஆத்தாக்கிட்ட வேடிக்கைப் பாக்குறேன்னு சொல்லிதான் மாமா கூட்டிட்டு வந்தேன். இப்போ காளை அடக்குறேன்னு எறங்கி ஏதாவதுன்னா என் தலையத்தான் பெரியாத்தா உருட்டும்” என்று வேலனைப் பிடித்துப் பின்னால் இழுத்தான்.

அவனது கையை உதறிய வேலப்பன், “ஒரு நிமிஷம் மாமா, எந்த முடிவும் எடுக்காதீங்க. ஒரு நிமிஷம் இவன்கிட்ட பேசிட்டு வரேன்” என்று சின்னசாமியைத் தனியாக இழுத்துச் சென்றான்.

“உனக்கு என்ன கிறுக்குப் புடிச்சுருக்கா? ஏண்ணே, நீ இதுல போய் எறங்குற? ஆத்தாக்கு ஒன்னைய விட்டா யாரு இருக்கா? இதுல எல்லாம் நீ கலந்துக்க வேணாம், பேசாம இரு” என்று அவனைத் தடுத்தான்.

“டேய் ஏன்டா இப்புடிக் கத்துற? இதுக்கு முன்னாடி வேடிக்கைப் பாக்கப் போறோம்னு சொல்லிட்டு எத்தனை ஊர்ச் சல்லிக்கட்டுல நான் காளைய அடக்கிருக்கேன்? உனக்குத்

தெரியாததா? அந்தச் சின்னப்பயலுக்கு இருக்க தைரியம்கூட நமக்கு இல்லனா எப்புடிடா? நான் காளையை அடக்கப் போறேன். நீ பேசாம வேடிக்கைப் பாரு என்று வேகமாக ஊர்ப் பெரியவர்களிடம் சென்று, தான் காளையை அடக்கச் செல்வதாகக் கூறினான்.

கிட்டனுக்கு சிறிது முகம் சுருங்கியது. தனக்குக் கிடைத்த வாய்ப்பு நழுவிவிட்டதாக நினைத்தாலும், தனக்கு இன்னும் நிறைய வாய்ப்புகள் கிடைக்கும் எனத் தன்னைத்தானே சமாதானப்படுத்திக் கொண்டான். ஊர்ப்பெரியவர்கள் அனைவரும் வேலப்பன் காளையை அடக்கச் செல்லலாம் என ஒருமனதாக முடிவு செய்தனர்.

வாடிவாசலுக்கு நேரெதிரே வேலப்பன் நின்றுகொண்டிருந்தான். அவனுக்கு எதிரே கண்கள் முழுவதும் வெறியோடு காளை நின்றுகொண்டிருந்தது. மந்தையைச் சுற்றி நின்றுகொண்டிருந்த மக்களிடையே பலத்த நிசப்தம் நிலவியது.

காளை அவிழ்த்துவிடப்பட்டு நேராக வேலப்பனை நோக்கி ஓடிவந்து அவனைக் குத்திக்கொல்ல வந்தது. மாடு அருகில் வந்ததும் சுதாரிப்பாக பக்கவாட்டில் தாவித் தப்பிக்கொண்டான். மாடு திரும்புவதற்குள் தாவி அதன் திமிலைப் பிடித்துத் தொங்கினான் வேலன். கூட்டத்தில் மாபெரும் ஆனந்தக் கூச்சல் ஏற்பட்டது.

வாடிவாசலுக்கு இடப்பக்கம் நின்று பச்சையப்பன், “நல்லா... நல்லா புடிச்சான்டா... புடி அப்புடித்தான்... போடு மாடு துள்ளுது... 1... அடச்சை... விட்டுட்டான்டா” என்று அருகில் இருந்தவர்களை எல்லாம் போட்டு உலுக்கிக்கொண்டிருந்தார். காளை வேலப்பனுக்குப் பிடி கொடுக்காமல் அவனைச் சோர்வாக்கிக் கொண்டிருந்தது.

மீண்டும் சமாளித்துக் காளையின் மீது தாவினான் வேலப்பன். பச்சையப்பன் மீண்டும் எண்ணத் துவங்கினார். “தாவுது பாரு... புடிய விட்டுறாத... 1... 2... அடப் போடா..! மறுவடியும் விட்டுட்டான்”

இவ்வாறு வேலப்பன் காளையோடு ஜீவமரணப் போராட்டம் நடத்திக்கொண்டிருக்கும்போது, ‘தப்பு... தப்பு... இந்தப் பக்கம் புடிக்கக்கூடாது... தப்பு... தப்பு... தப்பு...’ என்று முணுமுணுத்துக் கொண்டிருந்தான் கிட்டன்.

“என்னடா உளரிட்டு இருக்க? நீ உள்ள போய் உனக்கு எதுவும் ஆகிடக் கூடாதுன்னுதான்டா வேலன் அண்ணன் உள்ள போயிருக்கு” என்று அவனைக் கடிந்துகொண்டான் சின்னசாமி.

“தியாகம் பண்ணுறது எல்லாம் சரிதான். அதச் சரியா செய்யணும்ல? எனக்கு வேலன் அண்ணன்மேல கோவமெல்லாம் ஒண்ணுமில்ல. அது மாடு புடிக்குறதுதான் சரியில்லை. இந்தக் காளைக்கு இடதுபக்கம் சுதாரிப்பு கம்மியா இருக்கு, அதக் கவனிச்சுப் புடிச்சாதான சரியா அடக்கமுடியும்” என்று, தான் முணுமுணுத்ததன் காரணத்தை விளக்கினான்.

அதே நேரத்தில் வேலப்பனின் ஆட்டத்தை ரசித்த பெருமாள்சாமி அவன் யாரென்று தன் கையாட்களிடம் விசாரித்தார்.

“இருபது வருஷத்துக்கு முன்னாடி, தன் பங்காளியக் காப்பாத்த மாட்டுக்கொம்பு மேல பாஞ்சு செத்துப்போனான்ல முத்தன்னன், அவன் மவன்தான் சமீனு இவன்” மேலும், “முத்தன்னன் பெரிய ஆட்டக்காரன், அவன் ஊருல அவன்கூட சேந்துதான் நெறயபேர் அப்போ சல்லிக்கட்டுப் பழகுனாய்ங்க. இந்தப் பய அவன் அப்பனை மாதிரி பெரிய ஆளுன்னு எல்லாம் சொல்லமுடியாது. நாலு அஞ்சு ஊரு சல்லிக்கட்டுல பாத்துருக்கேன். ஒரு காளைக்குமேல அணையமாட்டான். அடக்குன காளைக்குப் பரிசு குடுக்குறேன்னு அறிவிச்சாலும் பரிச வாங்காம காணாமப் போயிருவான். பொடிப்பய சமீனு, நீங்க ஒன்னும் இவன நெனச்சு வருத்தப்படாதீங்க” என்று வேலப்பன் குறித்துப் பெருமாள்சாமிக்கு விளக்கினான் ஒருவன்.

காளையின் பலவீனத்தை அறிந்துகொண்ட சின்னசாமி அதனை வேலப்பனிடம் எப்படி கொண்டுசேர்ப்பது என அறியாமல் தடுமாறினான். ஒரு சிறிய அமைதியானச் சூழலில் நீளமாக சமிக்ஞை விசிலடித்தான். பழக்கப்பட்ட விசில் சத்தம்கேட்டுத் திரும்பிப் பார்த்த வேலப்பனிடம் காளையை இடப்பக்கம் அணைக்கும்படி சைகைக் காட்டினான் சின்னசாமி.

மிகவும் சோர்வடைந்திருந்த வேலப்பன் இந்தமுறை முயற்சிப்பதுதான் கடைசி எனப் புரிந்தது. உடலில் உள்ள பலம் எல்லாம் திரட்டிக் காளைக்குப் போக்குகாட்டி இடப்பக்கம் தாவி அணைந்தான் வேலப்பன்.

கூட்டம் மீண்டும் ஆரவாரக் கூச்சலிட்டது. பெருமாள்சாமி ஒரு பக்கம், சின்னசாமிப்பட்டி பெரியவர்கள் ஒரு பக்கம், பண்ணைப்புதூர் ஆட்கள் அவர்கள் பக்கம் என அனைவரும் கண் இமைக்காமல் பார்த்துக்கொண்டிருந்தனர்.

பச்சையப்பன் மீண்டும் எண்ணத்துவங்கினார் “மாடு களைச்சுப்போன மாதிரி தெரியுது... துள்ளல்ல வேகம் பத்தல... 1...

2... 3... அவ்வளவுதான்யா... மாடு புடிமாடுயா..." என்று அவர் அலற மந்தையில் எழுந்த ஒலி நான்கைந்து கிராமங்களைச் செவிடாக்கியது.

ஊர் ஆட்கள், வேடிக்கைப் பார்த்தவர்கள் என அனைவரும் ஓடிச்சென்று வேலப்பனை தங்கள் தோள்மீது தூக்கிக் கூத்தாடினர். சின்னசாமி, கிட்டனைக் கட்டியணைத்து நன்றிகூறினான். சின்னசாமிப்பட்டி – பண்ணைபுரம் இரண்டு ஊர்ப்பெரியவர்களும் பெருமாள்சாமி முன்னால் சென்று அடுத்து என்ன என்பதுபோல கேலியாகப் பார்த்தனர்.

அதுவரைத் தன் வாழ்நாளில் அவ்வளவு பெரிய ஏமாற்றத்தை சந்தித்திராத பெருமாள்சாமி தோல்வியை ஒப்புக்கொண்டார். எல்லார் பொதுவாகவும் பத்து ஆண்டுகளுக்கு சமீன்புதூர் ஆட்கள் அந்தச் சிறப்புமிக்க பண்ணைப்புர சல்லிக்கட்டில் கலந்துகொள்ளக் கூடாது என முடிவெடுக்கப்பட்டது.

இரண்டு ஊர்களின் ஆர்ப்பாட்டமான ஆனந்தத்தில் மூழ்கித் திளைத்தான் வேலப்பன். சின்னசாமி அதனைக் கண்டு மிகவும் ஆனந்தம்கொண்டாலும், வேலப்பனின் தாயை நினைத்து சிறிது பயந்தான்.

பெருமாள்சாமி அமைதியாகத் தன் கையாட்களுடன் காளையை ஓட்டிக்கொண்டு மந்தையைவிட்டு வெளியேறினார்.

"நீங்க கண்ணை காட்டுங்க சமீனு, ராவோட ராவா அந்தப் பய கதைய நான் முடிக்குறேன்" என்று போலியாக சீறினான் பெருமாள்சாமியின் அல்லக்கைகளுள் ஒருவன்.

"பொறுமையா இருடா... உடனடியா செஞ்சா நம்மதான்னு எல்லாருக்கும் தெரிஞ்சுபோகும். நமக்குன்னு ஒரு நேரம் வரும். அப்போ நான் கண்ணக் காட்டுறேன்" என்று ஊரார் தோள்மீது நீந்திக்கொண்டிருந்த வேலப்பனைப் பார்த்து ஒரு வஞ்சப்புன்னகை வீசிவிட்டுக் கிளம்பினார் பெருமாள்சாமி.

மக்கள் ஊர்வலத்தில் கடைசியில் கிட்டனும் சென்றுகொண்டிருந்தான். அவனது சகாக்களும் அவனுடன் சேர்ந்து வந்துகொண்டிருந்தனர்.

"இன்னைக்கு வேலன் அண்ணன் அந்தக் காளைய அடக்க நீதான மாப்ள காரணம்" என்று தூண்டினான் ஒருவன்.

"அதுக்கு என்ன பண்ண சொல்லுற? அவரை இறக்கிவிட்டுட்டு என்னய தூக்கிபுடிக்கச் சொல்லப்போறியா?" என்று எரிச்சலோடு கேட்டான் கிட்டன்.

“பேரு, பரிசு எல்லாம் வேலன் அண்ணனுக்குத்தான் போய்ச் சேரும், நான் அதச் சொல்லல மாப்ள. உன்னாலத்தான காளை புடிப்பட்டுச்சு, அப்போ உனக்கு உரிமையானத நீதான் எடுத்துக்கணும்” என்று காளையை கைக்காட்டினான் அந்தக் கிட்டப்பனின் தோழன் எட்டப்பன்.

○

2

1988 – பண்ணைப்புதூர்

பண்ணைப்புதூரே அதிரும்படி ஆரவாரமாக வேலப்பனை அவன் வீட்டின்முன் கொண்டுவந்து இறக்கினர் இரண்டு ஊர்க்காரர்களும். ஒன்றும் புரியாமல் விழித்த ராசம்மாவிற்கு நடந்த விஷயங்களைக் கூறி அவளை அமைதிபடுத்தினர் ஊர்ப்பெரியவர்கள். மகன் சல்லிக்கட்டில் கலந்துகொண்டது கேட்டு மனம் பதறினாலும் ஊர் மொத்தமும் அவனைப் புகழ்வதுகண்டு அமைதியடைந்தாள். ராசம்மா வேலப்பனுக்கு இரண்டு ஊர்களும் மிகவும் கடமைப் பட்டிருக்கிறது என்றும், அவனுக்கு எதுவேண்டுமானாலும் செய்யத் தயாராக இருக்கிறது என்றும் இரண்டு ஊர்ப் பெரியவர்களும் வாக்குக் கொடுத்தனர். மகிழ்ச்சி வெள்ளத்தில் திளைத்திருந்த ஊர், அந்த இடத்தில் சில இளவட்டங்கள் காணாமல் போனதைக் கண்டுகொள்ளவில்லை.

•••

சமீன்புதூர் முழுவதும் இருளில் மூழ்கி அமைதியடையும்வரை காத்திருந்தனர் கிட்டனும் அவனது சகாக்களும். நன்றாக இருட்டியபின் இரண்டுபேர் மட்டும் சென்று சமீன்புதூர்த் தெருக்களை நோட்டம் விட்டுவிட்டுத் திரும்பிவந்து தகவல் தெரிவித்தார்கள். நல்ல அமாவசையாதலால் ஊர் அடங்கியிருந்தது. திருவிழாக் காலத்தில் பல ஊர்களில் இருந்து ஆட்கள் வருவதும் போவதுமாய் இருப்பதால் யாரையும் ஊருக்குள் வரக்கூடாது என்று தடுக்கவும் முடியாது. இதெல்லாம் கிட்டனுக்கும் அவனது சகாக்களுக்கும் வசதியாக அமைந்தது. இரண்டுபேரை ஊர் எல்லையிலேயே காவலுக்கு வைத்துவிட்டு ஊருக்குள் பதுங்கிப் பதுங்கி ஆறுபேர் சென்றனர்.

நாய்த் தொல்லை அதிகம் இல்லாத தெருக்களின் வழியே புகுந்து, சமீன்புதூரின் தலைவராகிய ரங்கசாமியின் மாளிகையை அடைந்தனர். 'சமீன் பரம்பரையில பொறக்க எல்லாம் குடுத்து வச்சுருக்கணும்டா. சும்மா வாழுறாய்ங்க!' என்று மாளிகையின் பிரம்மாண்டத்தைப் பார்த்து வாய்பிளந்தான் கிட்டனின் சகாக்களுள் ஒருவன். அவன் தலையில் ஓங்கித் தட்டி நன்கு இருள்சூழ்ந்த இடத்திற்குள் அழைத்துச் சென்றனர் மற்ற நண்பர்கள்.

மாளிகைச் சுற்றுச்சுவரைத் தாண்டிச் செல்வது இயலாதக் காரியமாகப்பட்டது. மாற்றுவழிக் குறித்து யோசிக்கத் தொடங்கியவர்கள் கண்களில் சுற்றுச்சுவர் அருகே நீண்டு வளர்ந்திருந்த மஞ்சணத்தி மரம் தென்பட்டது. ஒருவன், அதன் உச்சியில் ஏறி உள்ளே பாதுகாப்பாக இறங்கிச் சுற்றுச்சுவர்க் கதவைத் திறந்துவிட வேண்டும் என்று திட்டம் தீட்டினர். திட்டத்தைச் செயல்படுத்தத் தொடங்கினர். இருப்பதிலேயே ஒல்லியான ஒருவன் மரத்தில் ஏறிச் சுற்றுச்சுவரின் மீது தொங்கிக்கொண்டு உள்ளே எட்டிப் பார்த்தான். அவர்களது நல்லநேரம் அந்தப் பக்கத்தில் வைக்கோல்போர் இருந்தது. சுவரில் தொங்கிக்கொண்டிருந்தவன் வைக்கோல்போரின் மீது குதித்து அப்படியே அதற்குள் பதுங்கிக்கொண்டு நோட்டம்விட்டான்.

ஆட்கள் யாரும் வருவதுபோல தெரியாததால் பதுங்கியிருந்த இடத்தில் இருந்து எழுந்து மெதுவாகச் சுற்றுச்சுவர் கதவருகே சென்று சத்தம் வராமல் அந்தக் கதவைத் திறந்துவிட்டான். வெளியில் இருட்டில் இருந்தவர்களை உள்ளே வரும்படி சைகை செய்தான். வெளியில் நின்றவர்கள் ஒருவர்பின் ஒருவராகப் பதுங்கிப்பதுங்கி உள்ளே வந்தனர்.

அவர்கள் இருந்த இடம்தான் மாளிகையின் பின்பகுதி. அங்கே பெரியத் தொழுவத்தில் பல மாடுகள் கட்டப்பட்டிருந்தன. அவற்றுக்கு நடுவில் கயிற்றுக்கட்டிலில் அயர்ந்து தூங்கிக்கொண்டிருந்தான் தோட்டக்காரன்.

அங்கே சமீனின் பிரியமான காளை, அதற்கெனத் தனியாகக் கட்டப்பட்டிருந்த தொழுவத்தில் கட்டப்பட்டிருந்தது. கிட்டனும் இன்னும் இரண்டுபேரும் மட்டும் காளைக்கு அருகே செல்வது என முடிவு செய்து, சல்லிக்கட்டுக் காளையின் தொழுவத்திற்குள் நுழைந்தனர்.

"கயித்த அவுருடா, காளைய எப்புடியாவது இழுத்துக்கிட்டு நம்ம ஊருக்குப் போயிருவோம். இது நம்ம மாப்ள கிட்டன் வீட்டுல

நிக்கவேண்டிய காளைடா" என்று இன்னொருவனுக்குக் கட்டளை இட்டுக்கொண்டிருந்தான் ஒருவன்.

"காளை அரைமயக்கத்தில் இருக்கும்போதே எப்புடியாவது இழுத்துட்டுப் போயிரணும். காளையை இழுடா" என்று தூக்கத்தில் இருந்த காளையின் கயிற்றைப் பிடித்து இழுத்தான் கிட்டன்.

மூன்றுபேரும் கயிற்றை மாறிமாறி இழுத்ததில் காளை விழித்துக்கொண்டது. இருட்டில் தன்னை யாரோ இழுப்பதை உணர்ந்த காளை சீற்றம்கொண்டு தொழுவத்திற்குள் முன்னும் பின்னும் தலையை ஆட்டிக்கொண்டே வேகமாக அசைந்தது. அதில் ஒருவனின் கையில் காளையின் கொம்பு உரசிவிட பயந்துபோன அவன் இடுப்பில் வைத்திருந்த கத்தியை எடுத்து காளைமீது சொருகினான். கத்தி காளையின் வலது கண்ணில் சரியாக இறங்கியது. வலி தாங்கமுடியாமல் 'ம்ம்ம்ம்ம்ம்மா... ஆஆஆ...' என்று மரணவேதனையுடன் சத்தமிட்டு துடித்துக் கீழே விழுந்தது காளை.

கிட்டனும் அவனது சகாக்களும் பயந்து ஆளுக்கொரு திசை நோக்கி ஓடத்துவங்கினர். காளையின் சத்தம்கேட்டுத் திடுக்கிட்டு எழுந்தான் தோட்டக்காரன். மாளிகையில் விளக்குகள் ஒளிரத் தொடங்கின. உள்ளே இருந்து பதறிக்கொண்டு வெளியே ஓடிவந்தனர் பெருமாள்சாமியும் அவரது ஆட்களும்.

"அய்யா நம்ம காளையை யாரோ குத்திக் கொன்னுட்டு ஓடுறாய்ங்கய்யா" என்று அலறியபடியே ஓடிவந்தான் தோட்டக்காரன். வெளியே வந்த உடனே இந்தச் செய்தி காதில் விழுந்த அதிர்ச்சியோடும் கோபத்தோடும் வாசலைத் தாண்டி ஓடிக்கொண்டிருந்த சிறுவர்களை துரத்திக்கொண்டு ஓடினர் அடியாட்கள்.

•••

மறுநாள் பண்ணைப்புதூர் மொத்தமும் பெருமாள்சாமியின் வசவுகளை வாங்கிக்கொண்டு அமைதியாக வாய்மூடி நின்றுகொண்டிருந்தது. பண்ணைப்புதூர் பஞ்சாயத்து, ஆலமரத்திற்கு அடியில் பண்ணைப்புதூர் - சின்னசாமிப்பட்டி - சமீன்புதூர் ஆகிய மூன்று ஊர்ப் பெரியவர்களும் கூடியிருக்க பெருமாள்சாமி எல்லோரையும் ஏகவசனத்தில் திட்டிக்கொண்டிருந்தார்.

"நீங்க என் காளையை அடக்குன அப்பறம் நான்தான் இனி இந்த ஊர்ச் சல்லிகட்டுக்கு வரலனு சொல்லிட்டுப் போய்ட்டேன்ல.

அது போதாதுன்னு சின்னப் பசங்கள வச்சு அநியாயமா என் காளையை கொன்னுட்டிங்களே டா பொட்டப் பசங்களா!” என்று தன் ஆதங்கம் மொத்தத்தையும் கொட்டினார் பெருமாள்சாமி.

“நீங்க நெனைக்குற மாதிரியெல்லாம் எதுவும் இல்ல சமீனு. இளவட்ட பயலுக ஏதோ புத்திக் கோணலா செஞ்சுட்டானுங்க. நேத்துல இருந்து அவனுங்க ஊருக்கும் வரல. அவனுக வந்தா நாங்களே உங்ககிட்ட கொண்டுவந்து ஒப்படைக்குறோம். நீங்க அவனுங்கள என்ன செஞ்சாலும் இந்த ஊர் என்னன்னு கேக்காது” என்று மெதுவானக் குரலில் பெருமாள்சாமியை அமைதிப்படுத்தினார் பண்ணைப்புதூர் பச்சையப்பன்.

“அந்த நாய்கள தேட எல்லாத் தெசயிலையும் ஆளுகள அனுப்பிருக்கேன். கையில கிடைச்சா ஒவ்வொருத்தனையும் உயிரோட உரிச்சு என் காளைக்குப் பக்கத்துலயே பொதச்சுறுவேன். இங்க இருக்க எந்த நாயும் என்னய கேள்விக் கேக்கக்கூடாது” என்று கோபமாக உறுமினார் பெருமாள்சாமி.

அவரது மிரட்டலுக்கு எந்தப் பதிலும் சொல்லமுடியாமல் மூன்று ஊர்ப் பெரியவர்களும் அமைதியாக இருந்தனர். அந்த இளைஞர்களைப் பெற்றவர்கள் அந்தக் கூட்டத்தின் மத்தியில் வாயைப்பொத்தி அழுதுகொண்டிருந்தனர்.

“உங்க கோவம் நியாயமானதுதான் சமீனு. அதுக்காக பசங்க அத்தனப் பேரையும் கொல்லுவேன்னு சொல்றது கொஞ்சம்கூட நியாயம் இல்ல. இந்தப் பிரச்சனை எல்லாமே எங்க ஊராலதான் வந்துச்சு. அதுனால இதுக்கெல்லாம் பொறுப்பேத்துக்கிட்டு எங்க ஊர் சார்பா பண்ணைப்புதூர் சல்லிகட்டுல இனி எந்த மனுஷங்களோ, காளையோ கலந்துக்காதுன்னு எழுதித்தரோம். நீங்க பெரிய மனசு பண்ணி அந்தப் பசங்கள மன்னிச்சுவிடணும்” என்று தான் மனதில் தோன்றிய உபாயத்தைக் கூறினார் சின்னசாமிப்பட்டி ஊரின் மூத்தப் பெரியவர்.

“என்னயா நல்லவன் நாடகம் போடுற என் காளை உசுரு உனக்கு இவ்வளவு துச்சமா போச்சா? அந்தப் பயலுகள கொல்லாம என் ஆத்தரம் அடங்காது” என்று குதித்தார் பெருமாள்சாமி. அவரைக் கையமர்த்தி அடக்கினார் பெருமாள்சாமியின் அண்ணன் ரங்கசாமி.

ரங்கசாமி பெரும்பாலும் தன் ஊரைத்தாண்டி வரமாட்டார். ரங்கசாமிக்கு இந்தச் சல்லிக்கட்டுப் போன்ற விளையாட்டுக்கள் மீதெல்லாம் எந்த ஆர்வமும் கிடையாது. அவருக்குத் தம்பிதான்

எல்லாமும். முதல்முறையாக தனது தம்பிக்காகத் தன் ஊரைத்தாண்டிப் பக்கத்து ஊர்ப் பஞ்சாயத்திற்கு வந்துள்ளார். இதுவரை எந்தப் பிரச்சனையானாலும் அவர் வீடுத்தேடிச் சென்று அவர் சொல்வதை அமைதியாகக் கேட்டுவிட்டு வருவதே அந்தச் சுற்றுவட்டாரத்தில் உள்ள அனைத்து ஊர்களின் வழக்கம்.

தனது தம்பியை தன்னருகில் வரும்படி அழைத்தார் ரங்கசாமி. ஓடி அவர் அருகில் வந்த பெருமாள்சாமி, அண்ணன் அமர்ந்திருந்த அளவுக்குத் தன் உடலைக் குறுக்கி நின்றார்.

“இத்தன வருஷமா இவனுங்க நடத்துற சல்லிக்கட்ட, இனி நீ எடுத்து நடத்துனா உனக்குச் சந்தோசம்தான?” என்று தம்பியைக் கேட்டார் ரங்கசாமி.

“அதுக்காக அந்தச் சில்லறப் பயலுகள மன்னிச்சுவிட முடியாதுண்ணே. அப்பிடி விட்டுட்டா அப்பறம் அத்தனப் பேருக்கும் குளிர்விட்டுப்போகும். என்ன ஆனாலும் அவனுங்கள கொல்லாம விட்றது இல்ல” என்று கொஞ்சம் கோபமாகவே கூறினார் பெருமாள்சாமி.

“மன்னிச்சுவிடுன்னு நான் சொல்லலயே. இனிமே இந்த இரண்டு ஊர்க்காரனுங்களும் இல்லாம சல்லிக்கட்டு நடத்தவேண்டிய பொறுப்பு உன்னோடதுன்னு எழுதி வாங்கிக்கோ. அந்தப் பயலுக எவனும் எங்க போனான், என்ன ஆனான்னு யாருக்குத் தெரியப்போகுது? அவனுங்கள நம்ம கொன்னாதான் தப்பு. ஏதோ காட்டுக்குள்ள செத்துக் கெடந்தானுங்கன்னா அதுக்குமா நம்ம பொறுப்பேத்துக்க முடியும்?” என்று தன் தம்பியை அர்த்தம் பொதிந்த புன்னகையோடு பார்த்தார்.

அண்ணன் கூறிய வேதவாக்கின் சாரத்தை உணர்ந்தவராய் பெருமாள்சாமி திரும்பிக் கூட்டத்தைப் பார்த்துப் பேசினார். “நீங்க சொல்லுறமாதிரி வேணாம். இனிமே அந்தச் சல்லிக்கட்டு நடத்துற பொறுப்பு பண்ணைப்புதூருக்கு கெடையாது. சமீன்புதூர்தான் நடத்தும்னு எழுதி எல்லா ஊர்ப் பெரியவங்களும் கையெழுத்துப் போட்டுக் குடுங்க. அந்தப் பயலுகள நான் மன்னிச்சுவிட்டுறேன்” என்று பெருமாள்சாமி அளித்த சலுகைக்கு எல்லோரும் சம்மதித்தனர்.

•••

“காளை செத்ததுக்கு சமீன் குடும்பம் ரொம்ப வருத்தப்பட்ட மாதிரி தெரியலடா. அவனுங்க சல்லிக்கட்டு நடத்துற உரிமைய அவனுங்க ஊருக்கு எழுதி வாங்கிட்டுப் போறதுல குறியா இருந்த

மாதிரிதான் எனக்குத் தெரிஞ்சுது" என்று வழக்கமாக ஊர் இளைஞர்கள் அமர்ந்து பேசும் மரத்தடியில் பேச்சைத் தொடங்கினான் ராசு.

"அப்புடிச் சொல்லாதடா ராசு. பெரிய சமீனுக்கு வேணும்னா இது ஒரு நல்ல வாய்ப்பா இருக்கலாம். ஆனா, சின்ன சமீனுக்கு காளையோட சாவு ரொம்ப வலியாதான் இருக்கும்" என்று அவனைத் திருத்தினான் வேலப்பன்.

"அப்போ நம்மப் பயலுகளுக்கு இன்னும் ஆபத்து இருக்கும்னுதான் தோணுது. சுத்துப்பட்டுல இருக்க எல்லாக் கிராமங்களும் இவுங்க குடும்பத்தைப் பகச்சுக்கக் கூடாதுன்னுதான் நெனைப்பாங்க. இந்தச் சின்னபயலுக இப்பிடிப் புத்தியில்லாம செஞ்சுட்டு ஓடிப் போய்ட்டாணுங்க" என்று பெருமூச்சுவிட்டான் சின்னசாமி.

"காளையைக் கொன்னது ரொம்பப் பெரியத் தப்புதான். ஆனா, அதுக்காக அந்தச் சின்னப்பயலுகள சாகவிட முடியாதுடா சின்னா. பேசாம நம்மளே அவைங்களத் தேடிப் போலீசுல சரண்டராகச் சொல்லிருவமா?" என்று கேட்டான் வேலப்பன்.

"சரிதான் மாப்ள. ஆனா, அவைங்கதான் ஆளுக்கு ஒரு தெசயில ஓடிப்போய்ட்டாய்ங்களே. எங்கன்னுபோய்த் தேடுறது? அதுவும் இல்லாம சமீன் ஆளுங்க நமக்கு முன்னாடியே அவைங்களத் தேடிப் போயிருக்காங்க, நம்மலாள அவனுங்களுக்கு முன்னாடி இவைங்கள தேடிக் கண்டுபுடிக்க முடியுமா?" என்று கேட்டான் இன்னொருவன்.

"முடியும்னுதான் எனக்குத் தோணுது. தேடிப் போயிருக்க சமீன் ஆளுங்களுக்கு நம்மப் பயலுகளப் பெருசா அடையாளம் தெரிஞ்சுருக்க வாய்ப்பில்ல. நம்ம ஆளுக்கு ஒரு பக்கமா அலஞ்சு தேடுனா எப்புடியும் சீக்கிரம் கண்டுபுடிச்சுரலாம். கண்டுபுடுச்சு அவனுங்கள அப்படியே போலீசுல சரண்டராக்கிருவோம். அப்பறம் எல்லாம், தானா மெல்ல ஆறிப்போயிரும்" என்று வேலப்பன் சொல்லிய சொற்கள் திட்டமாகின.

ஊர்ப் பெரியவர்களிடம் கலந்துபேசி திசைக்கு மூவராக அந்தச் சிறுவர்களைத் தேடிக் கிராமத்து இளைஞர்கள் கிளம்பினர். அந்தச் சிறுவர்களைத் தேடுவதுபோல் தெரிந்தால் தேவையில்லாமல் பரபரப்பு ஏற்படும் என்று எண்ணி தங்கள் சொந்த வேலைக்குச் செல்வதுபோல ஒவ்வொரு ஊர்களிலும் அந்தச் சிறுவர்களைத் தேடி ஒரு வாரத்தில் கண்டுபிடித்தனர். எல்லாச் சிறுவர்களையும் கண்டுபிடித்தபின் நேராக அத்தனைப் பேரையும் காவல்நிலையம்

அழைத்துச் சென்று நடந்த விஷயங்களைக் கூறி போலீசாரிடம் சிறுவர்களை ஒப்படைத்தனர்.

வழக்குப் பதிந்த போலீசார் கோர்ட்டுக்கு அந்த வழக்கை எடுத்துச் செல்ல, அந்தச் சிறுவர்கள் அனைவரும் பதினெட்டு வயதிற்குக் கீழ் உள்ளவர்கள் என்பதால் அவர்களை ஒரு வருடம் சிறுவர் சீர்திருத்தப் பள்ளிக்கு அனுப்ப உத்தரவு வந்தது. எப்படியோ பிள்ளைகள் உயிரோடு இருந்தால் போதும் என்று தங்களைத் தேற்றிக்கொண்ட அந்தச் சிறுவர்களின் பெற்றோர், வேலப்பனையும் மற்ற இளைஞர்களையும் கையெடுத்து வணங்கினர். அன்றுமுதல் வேலப்பன் ஊரில் தவிர்க்கமுடியாத ஒரு முக்கிய நபராக மாறினான்.

•••

“அய்யா உங்ககிட்ட ஒரு விஷயம் சொல்லணும்...” என்று தயங்கித்தயங்கி சமீன்கள் இருவர் முன்பும் வந்து நின்றான் வேலையாள் முருகையன்.

உடலுக்கு எண்ணெய் தேய்த்துக்கொண்டிருந்தவனை நிறுத்தச் சொல்லிவிட்டு சாய்வுநாற்காலியில் நிமிர்ந்து உட்கார்ந்து அவனை நோக்கினார் பெரிய சமீன் ரங்கசாமி. அவருக்கு அருகில் மற்றொரு நாற்காலியில் அமர்ந்திருந்த பெருமாள்சாமியும் அவனையே கூர்ந்து நோக்கினார்.

“நம்ம காளைய கொன்ன பயலுகள, நம்ம ஆளுங்களுக்கு முன்னாடியே கண்டுபுடிச்சுப் போலீசுல குடுத்துட்டானுங்கய்யா அந்தப் பண்ணைப்புதூர் ஆளுங்க. நம்ம காளைய அடக்குன அந்தப் பயதான் இந்த வேலைய செஞ்சதா பேசிக்குறாங்க...” என்று தயங்கி நிறுத்தினான் முருகையன்.

“அன்னைக்கே அந்த நாய கொல்லலாம்னு நெனச்சேன். அய்யா வேணாம்னு சொல்லிட்டிங்க. இப்போ சொல்லுங்கய்யா அவனை அடிச்சு அந்த ஊர் மத்தியில தூக்குல தொங்கவிட்டுர்றேன்” என்று கொதித்தான் அடியாட்களுள் ஒருவன்.

“இப்போ எதுவும் வேணாம். என்னைக்கு இருந்தாலும் அந்தப் பயலுக அத்தனபேர் சாவும் நம்ம கையிலதான். காலம் வரும்போது நான் கண்ணக் காட்டுறேன். அதுவரை கொஞ்சம் அமைதியா இரு” என்று பொறுமை காத்தார் சின்ன சமீன் பெருமாள்சாமி.

தம்பியின் பொறுமையை ரசித்தபடி மீண்டும் தன் சாய்வுநாற்காலியில் சாய்ந்து அமர்ந்து எண்ணெய் குளியலுக்குத் தயாரானார் ரங்கசாமி.

•••

“என்னடா திடீர்னுபோய் பேசுன்னு சொல்ற? இப்பிடி நீ பண்ணுவனு தெரிஞ்சா நீ கூப்புட்ட ஒடனே நான் வந்துருக்க மாட்டேன்” என்று பதறினான் வேலப்பன்.

“பின்ன என்ன? நீ எந்தப் பொண்ண பாத்தாலும் கல்யாணம் பண்ணிக்கமாட்டேன்னு சொல்ற. பெரியாத்தா, நீ ஏன் கல்யாணம் பண்ணிக்கமாட்டேங்குறனு என் தலைய உருட்டுது. இன்னைக்கு நீ என்ன பண்ணுவியோ தெரியாது, எப்புடியாவது உன் மனசுல இருக்கத சீதம்மாக்கிட்ட சொல்லிரு நான் வரேன்” என்று வேகமாக பக்கத்தில் இருந்த தோப்பிற்குள் சென்று மறைந்தான் சின்னசாமி.

வயலில் வேலை செய்யும் தந்தைக்குச் சாப்பாடு கொடுத்துவிட்டு அந்த வழியாக திரும்பி வீட்டிற்குச் சென்று கொண்டிருந்தாள் சீதம்மா. சீதம்மா பிறந்தபோது பல ஆண்டுகளாக மழை பொய்த்துப்போன பண்ணைப்புதூருக்கு ஐந்து ஆண்டுகள் கழித்து நன்றாக மழை பெய்ததாம். ‘மகாலட்சுமியே உனக்குக் குழந்தையாக வந்து பிறந்துவிட்டாள்’ என்று ஊரே சீதம்மாவின் தந்தையைக் கொண்டாடினார்களாம். எல்லோரும் சொன்னதுபோல் அழகிலும், குணத்திலும் மகாலட்சுமியாகவே வளர்ந்தாள் சீதம்மா. சீதம்மாவின் கணவன் இறந்து, அவள் தந்தை வீட்டிற்கு வந்தபோது ஊரே அவளுக்காக வருந்தியது வேலப்பனுக்கு நன்றாகத் தெரியும்.

சீதம்மா அருகில் வரவர இதயத்துடிப்பு அதிகமாகி மூச்சுவாங்குவதாக உணரத்தொடங்கினான் வேலப்பன். பெரிய பெரிய காளைகளை எல்லாம் அடக்கும்போது வராத பதற்றம் ஒரு பெண்ணிடம் பேசவேண்டும் என எண்ணும்போது வருவது அவனுக்கே சற்று வியப்பாகத்தான் இருந்தது. இப்பொழுது வேண்டாம் பின்னர் எப்படியாவது அவள் தந்தையிடம் பேசிக்கொள்ளலாம் என்று திரும்பி, ஊர்நோக்கி நடக்கத் தொடங்கினான் வேலப்பன்.

“என்ன வேலு மச்சான், பாத்தும் பாக்காத மாதிரி போறீங்க? நல்லா இருக்கீங்களா?” என்று அவனுக்குப் பின்னால் இருந்து வந்த சீதம்மாவின் கேள்வி வேலப்பனை ஒரு நிமிடம் ஆனந்த அதிர்ச்சியில் ஆழ்த்தியது.

“நா... நான் ந... நல்லா இருக்கேன். நீ நல்லா இருக்கியா? வீட்ல உங்க அப்பா, உன் பையன் எல்லாரும் நல்லா இருக்காங்களா?” என்று தட்டுத்தடுமாறி அவளிடம் பேசினான். கடைசியாக அவளுக்குத் திருமணம் ஆவதற்கு சில ஆண்டுகள் முன்னாள் அவளுடன் பேசியது. அதன்பிறகு இப்பொழுதுதான்

அவள் குரலைக் கேட்கிறான். இயல்பிலேயே மெதுவானக் குரல் சீதம்மாவுக்கு.

"எல்லாரும் நல்லா இருக்காங்க. உங்க சோடிப்புறா இல்லாம தனியாப் போறீங்க?" என்று அவள் கேட்டது புரியாமல் விழித்தான் வேலப்பன்.

"உங்க பங்காளி சின்னசாமி மச்சானதான் கேக்குறேன். ரெண்டுபேரும் ஒருத்தர் இல்லாம இன்னொருத்தர் இருக்க மாட்டீங்களே" என்று விளக்கினாள் சீதம்மா.

"அவனா? அவனதான் தேடிட்டு இருக்கேன். தேவையில்லாம என்ன ஒரு தர்மசங்கட்டத்துக்கு ஆளாக்கிட்டுப் போயிட்டான். அவனைப் பாத்தா அவனுக்கு இருக்கு."

இவ்வாறு வழிநெடுக பேசிக்கொண்டே இருவரும் சீதம்மாவின் தெருக்கருகில் வந்துசேர்ந்தனர். 'இந்த வாய்ப்பைவிட்டால் இனி எப்பொழுதும் வாய்ப்புக் கிடைக்காது' என்று சின்னசாமி சொல்லி அனுப்பியது வேலப்பன் காதுகளில் திரும்பத்திரும்ப ஒலித்தது.

"சீதம்மா! உன்கிட்ட ஒண்ணு கேக்கணும்" என்று தன் தைரியம் முழுவதையும் திரட்டி அவளிடம் கேட்டுவிடுவது என்று முடிவு செய்தான்.

"கேளுங்க மச்சான்."

"இங்க உன் அப்பா வீட்டுல நீ நல்லா இருக்கியா?"

"நான் பொறந்து வளந்த ஊருதான மச்சான் இது. இங்க எனக்கு ஒன்னும் பெருசா வசதி கொறைவு இல்ல, என்ன அப்பப்போ அப்பன் வீட்டுக்கு வந்துட்டுப்போக வேண்டியவ, ஒரேதா அப்பன் வீட்டுலயே இருக்கவேண்டியதா போச்சு" என்று பெருமூச்சு விட்டாள்.

"நீ இப்பிடிக் கஷ்டப்படுறது எனக்கு ரொம்ப வருத்தமா இருக்கு சீதா. உனக்குச் சம்மதம்னா உன்னையக் கலியாணம் பண்ணிக்கிட்டு உன்னையும், உன் மவனையும் நானே நல்லபடியா பாத்துக்குறேன்" என்று அவன் சட்டென்று சொல்லும்போதே சீதம்மாவின் உடல் நடுங்கி முகம் முழுவதும் அதிர்ச்சிப் பரவியது. என்ன சொல்வதென்று ஒன்றும் புரியாமல் வீட்டிற்குள் ஓடினாள் சீதம்மா.

'அறிவுகெட்டவனே! புருஷனைத் தொலைச்ச வருத்தத்துல இருக்கவகிட்ட இப்படியாப் பேசுறது. ச்சை... எல்லாம் இந்தச்

சின்னசாமிப் பயல சொல்லணும். அவனுக்கு இருக்கு" என்று தன்னைத்தானே திட்டியவாறு அங்கிருந்து ஏதோ ஒரு இனம்புரியாத மனநிலையோடு சின்னசாமியைத் தேடிச் சென்றான் வேலப்பன்.

•••

"உன் குடும்பத்தாலதான்டா என் பரம்பரையே நாசமாப்போகுது. என் புள்ளைக்கு நல்லப் பொண்ணா பாருடானு சொன்னா, புருஷனைத் தொலைச்சவளதான் அவனுக்குப் புடிச்சுருக்கு. அவளையே அவனுக்குக் கட்டிவைனு என்ன தைரியம் இருந்தா என்கிட்டயே வந்து சொல்லுவ நீ?" என்று சின்னசாமியின் பரம்பரையையே வார்த்தைகளால் சிதைத்துக்கொண்டிருந்தாள் ராசம்மா.

வாசலில் சின்னசாமி நின்றுகொண்டு தன் தாயிடம் வசவு வாங்குவதைப் பார்த்துக்கொண்டே வந்தான் வேலப்பன். "அய்யா வேலா! நீ என்னமோ அந்த சீதா புள்ளைய விரும்புற, அதுனாலதான் கலியாணம் வேணாம்னு அடம்புடிக்குறனு இந்தப் பய ஒளறுறான். அப்படியெல்லாம் எதுவும் இல்லன்னு சொல்லுயா" என்று வந்ததும் வராததுமாக அவனை நோக்கிக் கேள்விக் கணைகளைத் தொடுத்தாள் ராசம்மா.

"அவன் சொல்றது உண்மையா இருந்தா மட்டும் அவ வீட்டுக்குப் போயி சம்பந்தம் பேசப்போறியா?" என்று பதில் கேள்விகேட்ட மகனைப் பார்த்து ஒருநிமிடம் திகைத்து நின்றாள் ராசம்மா. பின்னர், எப்பொழுதும்போல மகனையும் அவன் தோழனையும் மாறிமாறித் திட்டியவள், அவன் நினைப்பது கனவில்கூட நடக்காது என்று உறுதியிட்டுக் கூறினாள்.

"அவளத்தவற வேற எவளயும் நான் கல்யாணம் பண்ணிக்கமாட்டேன். எனக்குக் கல்யாணம் பண்ணி வைக்கணும்னு உனக்கு நெஜமாவே ஆசையிருந்தா அந்தப் புள்ள அப்பன்கிட்ட போய்ப் பேசு. வேற எந்தப் பொண்ண கூட்டிட்டு வந்தாலும் நான் கட்டிக்கமாட்டேன்" என்று உறுதியாகச் சொல்லிவிட்டுச் சின்னசாமியைக் கூட்டிக்கொண்டு வெளியே சென்றுவிட்டான் வேலப்பன்.

ஒரு மாதம் என்னென்னவோ சொல்லியும், மிரட்டியும், கெஞ்சியும் வேலப்பன் தன் நிலைப்பாட்டிலிருந்து கொஞ்சமும் மாறுவதாக ராசம்மாவுக்குத் தெரியவில்லை. இது நடைமுறை சாத்தியமில்லாத ஒரு ஆசை என்று அவள்கூறியும் வேலப்பன் அசையாததால் 'உன் இஷ்டம்' என்று அதோடு விட்டுவிட்டாள் ராசம்மா.

வேலப்பன் ஊர்ப்பெரியவர்களிடம் தன் விருப்பத்தைக் கூறினான். அனைவரும் முதலில் மறுத்தாலும் பின்னர் வேலப்பன் தன் முடிவில் உறுதியாக இருப்பதுகண்டு மெல்லமெல்ல சம்மதித்தனர். அவர்கள் உதவியுடன் சீதம்மாவின் அப்பாவிடம் பேசி அவரது சம்மதத்தையும் வாங்க பலநாட்களாயின. அவரும் தனக்குப் பின் தன் மகளுக்கும் பேரனுக்கும் பாதுகாப்பு வேண்டும் எனக் கருதி சம்மதித்தார்.

இப்படியே கிட்டத்தட்ட ஒரு வருடம் கழிந்தது. எப்பொழுதும் பண்ணைப்புதூர் சார்பில் நடக்கும் புகழ்பெற்ற சல்லிக்கட்டு அந்த வருடம் சமீன்புதூர் சார்பில் எப்பொழுதும் இல்லாததுபோல பிரம்மாண்டமாக நடைபெறப் போவதாக எல்லா இடங்களிலும் விளம்பரம் செய்யப்பட்டது. பெருமாள்சாமி, தானே எல்லா இடங்களுக்கும் நேராக சென்று சல்லிக்கட்டு ஏற்பாடுகளைப் பார்வையிட்டார்.

சல்லிக்கட்டு நடைபெறப் போவதாகச் சொல்லப்பட்ட அதேநாளில் வேலப்பனுக்கும் சீதம்மாவுக்கும் திருமணம் நிச்சயிக்கப்பட்டது.

•••

வாடிவாசலைச் சுற்றிக் கட்டைகளைக் கட்டித் தடுப்புகள் செய்துகொண்டிருந்த வேலையை மேற்பார்வையிட்டுக் கொண்டிருந்தார் பெருமாள்சாமி. அவர் அருகே வந்து 'சமீன் அய்யா' என்று உடலை வளைத்து நின்றான் அவரது அடியாட்களுள் ஒருவன்.

'என்ன?' என்பதுபோல் தலையாட்டினார் சின்ன சமீன் பெருமாள்சாமி.

"அய்யா ரெண்டு கெட்ட செய்திங்க" என்றுகூறி சமீனின் உத்தரவுக்காக மௌனம் காத்தான்.

"என்னடா?"

"அய்யா நம்ம காளைய கொன்ன பயலுக ஊருக்குள்ள தென்படுறதா கேள்விப்பட்டேன். என்னன்னு விசாரிச்சத்துல அந்தப் பயலுகல வெளிய விட்டுடாங்களாம். இப்போ அவைங்க எல்லாம் வீட்டுலதான் இருக்காய்ங்களாம்."

"சரி இன்னொரு சேதி என்ன?"

"நம்ம காளைய அடக்குனப் பயலுக்கு, நம்ம சல்லிக்கட்டு அன்னைக்குக் கலியாணமாம்" என்று சொல்லிவிட்டு

பெருமாள்சாமியின் முகக்குறிப்பை ஆராய்ந்துகொண்டிருந்தான் அந்த அடியாள்.

"இத எதுக்குடா கெட்டச் செய்தின்னு சொல்லுற? எல்லாமே நமக்குச் சாதகமா இப்போதான் கூடிவருது. அண்ணன் சொன்ன நேரம் வந்துடுச்சு. இந்தத் திருவிழாவுக்கு எத்தனை ஆடு பலி கொடுக்கணும்னு அண்ணன்கிட்ட கேக்கணும். வண்டிய எடு வீட்டுக்குப் போகலாம்" என்று விஷமப் புன்னகைப் பூத்தார் பெருமாள்சாமி.

○

3

1989 – பண்ணைப்புதூர்

மறுநாள் சல்லிக்கட்டுக்காக பண்ணைப்புதூர்க் கோவில் மந்தை ஒருபுறம் பிரம்மாண்டமாக அலங்கரிக்கப்பட்டு இருக்க, மறுபுறம் வேலப்பன் - சீதம்மா திருமணத்துக்காக வேலப்பனின் வீடும் அழகுற அலங்கரிக்கப்பட்டு இருந்தது. ஊர் முழுவதும் வேலப்பனின் திருமண வேலைகளை இழுத்துப்போட்டு செய்துகொண்டிருந்தது. அடுத்தநாள் விடியல் அவர்களுக்கு என்ன வைத்திருக்கிறது என்பது பற்றி கொஞ்சமும் அறியாமல் ஊர் முழுவதும் மகிழ்ச்சி வெள்ளத்தில் மிதந்துகொண்டிருந்தது.

• • •

நன்கு இருள் சூழ்ந்திருந்த அந்த மண்சாலையில் ஊர்நோக்கித் தனியாக நடந்துகொண்டிருந்தான் கிட்டன். மறுநாள் வேலப்பன் திருமணத்துக்குத் தேவையான மங்களப் பொருட்களை வாங்குவது தன் வேலை என்று அடம்பிடித்து வாங்கிக்கொண்டான். பக்கத்து டவுனுக்குச் சென்று அவற்றை வாங்கி வருவதற்குள் இருட்டிவிட்டது.

தனியாக நடந்து வந்துகொண்டிருந்த அவனுக்குத் தன்னை யாரோ பின்தொடர்வதுபோலத் தோன்றியது. வேகமாகத் திரும்பிப் பார்த்தவன், அவன் பின்னால் யாரும் இல்லை என்று உறுதி செய்தபின் மீண்டும் நடக்கத்துவங்கினான். அவனுக்கு இயல்பாகவே பேய் பயம் உண்டு என்பதால் கடவுள் பெயரைச் சொல்லியபடியே வேகமாக நடக்கத் தொடங்கினான்.

“ஓடுறான் பாரு. புடிங்கடா அவன!” என்று அவன் பிடரிக்குப் பின்னால் சத்தம் கேட்கவும் வேகமாக முன்னோக்கி ஓடத்துவங்கினான். பலத் திசைகளிலும் அவனை நோக்கி ஆட்கள் ஓடிவருவது போன்ற காலடிச் சப்தங்கள் அவனுக்குப் பயத்தை ஊட்டின. பாதையின் வலதுபுறத்தில் இருந்துவந்த ஒரு கம்பளிப் போர்த்திய உருவம் ஓங்கி அவன் தலையில் ஏதோ கூரிய ஆயுதத்தை வைத்து தாக்கியதில் மயங்கி விழுந்தான் கிட்டன்.

“இவன்தான் கடைசி, அந்தப் பயலுகள வச்சுருக்க எடத்துக்கே இவனயும் தூக்கிட்டுப் போங்க, அய்யா வந்ததுக்கு அப்பறம் அவர் சொல்லுற மாதிரி செஞ்சுவிட்டுருங்க” என்று கட்டளைகள் விதித்தான் பெருமாள்சாமியின் முதன்மை கையாள்.

•••

விடிந்தும் விடியாத அதிகாலையில் ஊரின் தொலைதூர எல்லையான புளியந்தோப்பு நோக்கி ஓடிக்கொண்டிருந்தான் வேலப்பன். அவனருகில் நெருங்கும்போதே ‘அய்யய்யயோ...’ என்னும் சத்தம் அவனது காதுகளின் வழியே புகுந்து இதயத்தைத் தாக்கியது. அவனது நண்பர்களுள் ஒருவனான சக்திதான் மூச்சிறைத்தபடி வந்து வேலப்பன் வீட்டில் தகவல் கூறினான்.

கொஞ்சநாட்களுக்கு முன்புதான் வீட்டிற்கு வந்த அந்த எட்டு இளைஞர்களும் ஆடையேதுமின்றி புளியமரங்களில் ரத்தம்சொட்ட பிணங்களாகத் தொங்கினர். அந்த இளைஞர்களின் பெற்றோர்கள் கதறி அழுதுகொண்டிருக்க, செய்திகேட்டு ஓடிவந்தவர்கள் அவர்களை இழுத்துப் பிடித்து அமைதியாக்கிக் கொண்டிருந்தனர். அந்த இடமே சுடுகாடுபோலப் பயங்கரமாகக் காட்சியளித்தது. எவ்வளவு மனோதிடம் உள்ளவர்களும் அந்த இளைஞர்கள் தூக்கில், உடல் முழுவதும் ரத்தம் உறைந்துபோன நிலையில் தொங்குவதை கண்கொண்டு காணமுடியாமல் மிரண்டனர்.

“வேலா, என் புள்ளைங்க எப்புடிச் செத்துகெடக்குதுங்க பாத்தியாடா...? எல்லாம் முடிஞ்சுபோச்சுனு சொன்னியே, பாருடா அவைங்கள...” என்று வேலப்பனின் சட்டையைப் பிடித்துக்கொண்டு கதறினார் கிட்டனின் தந்தை.

அவரை கட்டியணைத்து எவ்வளவோ தேற்ற முயன்றாலும் முடியாமல் தோற்றுப்போனான் வேலப்பன். அங்கு நிலவிய சூழலைக் கண்டு அவனுக்கும் கண்கலங்கியது. தனது தோளை ஆதரவாக ஒரு கைத்தீண்டுவதை உணர்ந்து வேலப்பன் திரும்பியபோது பின்னால் சின்னசாமி நின்றுகொண்டிருந்தான்.

“எல்லாத்துக்கும் காரணம் அந்தப் பெருமாள்சாமியாதானே இருப்பான். இப்போவே அவனைத் தேடிக் கண்டுபுடுச்சு வெட்டியே ஆகணும்” என்று கோபத்தில் பொங்கினான் சின்னசாமி. அவன் சொல்லுக்குத் தலையாட்டிய வேலப்பன், ஆயுதங்களை எடுக்க வேகமாக வீடுநோக்கி அவனை அழைத்துச்சென்றான்.

கோபமாக அவர்கள் வேலப்பன் வீட்டை அடையும்போது, அங்கே ஏற்கனவே கூட்டம் கூடியிருந்தது. என்னவென்று புரியாமல் இருவரும் வேகமாகக் கூட்டத்திற்குள் புகுந்தனர். கூட்டத்தின் நடுவே சீதம்மாவின் தந்தை பல இடங்களில் வெட்டப்பட்டு இறக்கும் தருவாயில் இருந்தார்.

“என்ன நடந்துச்சு இங்க? யாராச்சும் சொல்லுங்களேன்” என்று கூட்டத்தை நோக்கி கத்தினான் சின்னசாமி.

“ஒரு ஏழெட்டுபேரு கையில பெரியப்பெரிய அருவாளோட வந்து மாமாவ வெட்டிட்டு சீதா அத்தாச்சியயும் பையனயும் தூக்கிட்டுப் போயிட்டாங்கண்ணே... நாங்க எல்லாரும் ஓடிவரதுக்குள்ள அவனுங்க ஆத்தங்கரை பக்கமா போய்ட்டானுங்கண்ணே” என்று ஒருவன் பதற்றம் அடங்காமல் கூறினான். சீதம்மாவின் தந்தையைப் பார்த்துக்கொள்ள சொல்லிவிட்டு ஆற்றங்கரை நோக்கி ஓடினான் வேலப்பன். அவனைப் பின்தொடர்ந்து ஓடினான் சின்னசாமி.

அவர்கள் ஆற்றின் கரையை அடைந்தபோது, “நீ கலியாணம் பண்ணிக்காத பொண்டாட்டியும், நீ பெக்காத உன் மகனும் இந்த வெள்ளத்துல அடிச்சுக்கிட்டுப் போயிட்டாங்க. முடிஞ்சா நீயும் இதுலயே ஜலசமாதி ஆகிடு” என்று எதிர்க்கரையில் இருந்து சத்தம்போட்டு சொல்லிவிட்டுப் பொறுமையாக நடந்துசென்றான் பெருமாள்சாமியின் முதன்மை கையாள்.

“டேய்ய்ய்...” என்று கத்திக்கொண்டே ஆற்று வெள்ளத்தில் குதித்து சீதம்மாவை தேடத்துவங்கினான் வேலப்பன். அவனுடன் சேர்ந்து சின்னசாமியும் தேடத்துவங்கினான். வெகுநேரம் தேடியும் இருவரையும் தொடர்புபடுத்தி எதுவும் கிடைக்காததால் கடும்கோபத்துடன் கரையேறினான் வேலப்பன்.

“அந்தப் புறம்போக்கு நாயி பெருமாள்சாமிக்கு இன்னைக்கு என் கையாளதான்பா சாவு” என்று கத்தியபடி சல்லிக்கட்டு நடக்கவிருந்த கோவில் மந்தையை நோக்கி ஓடிய வேலப்பனைப் பின்தொடர்ந்து ஓடினான் சின்னசாமி.

•••

வேலப்பனும் சின்னசாமியும் கோவில் மந்தையை அடைந்தபோது, அங்கே சல்லிக்கட்டு ஏற்பாடுகள் அனைத்தும் கலைக்கப்பட்டு, பலத்த போலீஸ் பாதுகாப்புப் போடப்பட்டிருந்தது.

"அண்ணே, இங்க என்ன ஆச்சு?" என்று அந்த வழியே சென்றுகொண்டிருந்த வெளியூர்க்காரர் ஒருவரை அழைத்துக் கேட்டான் சின்னசாமி.

"அட, அத என்னத்தப்பா சொல்ல. இந்தச் சல்லிக்கட்ட எடுத்து நடத்துன சமீன்புதூர் சின்ன சமீன் முன்பகைக் காரணமா இந்த ஊர்க்காரப் பயலுக நெறயப் பேர நேத்து ராத்திரியோட ராத்திரியா கொன்னுட்டாராம். போலீசுக்குத் தகவல் போயி சல்லிக்கட்டு ஆரம்பிக்குறதுக்கு முன்னாடியே வந்து அவர கைதுபண்ணி கூட்டிட்டுப் போயிட்டாங்க. ஊர்க்கலவரம் வரக்கூடாதுன்னு போலீசு பாதுகாப்புப் போட்டிருக்காங்க" என்று சல்லிக்கட்டு நடைபெறாமல் போன ஆதங்கத்தில் பெருமூச்சுவிட்டபடி சென்றார் அந்த வெளியூர்க்காரர்.

அதிர்ச்சியில் அங்கேயே உறைந்துபோயிருந்த இருவரையும் நோக்கி வந்தான் அவர்களின் நண்பன் சக்தி. சின்னசாமியை தனியே அழைத்து ஏதோ சொல்லிவிட்டு அங்கேயே அமைதியாக நின்றான். தயங்கியபடியே கண்களில் கண்ணீரோடு வேலப்பன் அருகில் வந்த சின்னசாமி கதறி அழுதுகொண்டே "எங்க தேடியும் பெரியாத்தாவ காணோமாம்ணே" என்றான்.

●●●

1993 – பண்ணைப்புதூர்

நடந்த சோகங்களில் இருந்தெல்லாம் கொஞ்சம்கொஞ்சமாக மீண்டு வந்துகொண்டிருந்தது பண்ணைப்புதூர். கடந்த நான்கு ஆண்டுகளாகவே அந்தச் சுற்றுவட்டாரத்தில் எங்குமே சல்லிக்கட்டு நடத்துவதற்கு மாவட்ட நிர்வாகம் தடைவிதித்திருந்தது. தனது தம்பியை வெளியே கொண்டுவர பணத்தை தண்ணீர்போல செலவுசெய்து வழக்கு நடத்திக்கொண்டிருந்தார் பெரிய சமீன் ரங்கசாமி. இத்தனை ஆண்டுகள் ஆனாலும் அந்த வட்டாரம் முழுவதும் மிகப் பயங்கரமானப் படுகொலையாக அந்தப் புளியந்தோப்பு மரணங்கள் காற்றில் கிசுகிசுக்கப்பட்டுக் கொண்டுதான் இருந்தன.

வேலப்பன் வாழ்க்கையிலும் பல மாற்றங்கள் ஏற்பட்டிருந்தன. குடும்பம் முழுவதையும் இழந்து வருந்திய வேலப்பனை

சின்னசாமியின் குடும்பம் அரவணைத்துக்கொண்டது. வேலப்பனும் சின்னசாமியும் ஒரே இடத்தில் வேலைக்குச் சென்றனர். அண்ணன் திருமணம் செய்துகொள்ளாமல், தான் திருமணம் செய்துகொள்ள மாட்டேன் என்று சின்னசாமி உறுதியாகச் சொல்ல, அனைவரின் மாதக்கணக்கான வற்புறுத்தலுக்குப் பின் திருமணம் செய்துகொண்டான் வேலப்பன். வேலப்பனின் கடந்தகாலம் பற்றி நன்கு தெரிந்துகொண்ட வேலப்பனின் மனைவி தெய்வானை, அவன் மனம்புரிந்து நடந்துகொண்டாள். திருமணமாகி ஓராண்டுக்குப் பிறகு தெய்வானை அப்பொழுது வேலப்பனின் வாரிசைத் தன் வயிற்றில் சுமந்துகொண்டிருந்தாள்.

அன்று மதியச் சாப்பாட்டு இடைவெளியில் எப்பொழுதும்போல தனியாக வேலப்பனும் சின்னசாமியும் சாப்பிட்டுக் கொண்டிருக்கும்போது வேலப்பனை அடையாளம் கண்டுக்கொண்டு தானாக வந்து ஒருவன் பேசினான்.

"அண்ணே, உங்கள் எங்கேயோ பாத்த மாதிரி இருக்குண்ணே. சல்லிக்கட்டுல எங்கயோ உங்களப் பாத்த மாதிரி..." என்று ஆரம்பித்தான் புதியவன்.

"ஆமா. எங்கண்ணன் நாலஞ்சு வருஷத்துக்கு முன்னாடி சல்லிக்கட்டுல கலந்துக்குவாரு, இப்போ இல்ல" என்று சுருக்கமாகக் கூறிக்கொண்டு பேச்சை நிறுத்தினாள் சின்னசாமி.

"அதாண்ணே எங்கயோ பாத்த மாதிரி இருக்கு" என்று அவர்கள் அருகிலேயே அமர்ந்தான் அந்த புதியவன். தன் பெயர் கண்ணன் என்றும் புதிதாக வேலைக்குச் சேர்ந்திருப்பதாகவும் தன்னை அறிமுகப் படுத்திக்கொண்டான். மேலும், வளவள என்று தான் கண்டுரசித்த சல்லிக்கட்டுகள் பற்றி எல்லாம் உளறிக் கொண்டிருந்தான்.

"சல்லிக்கட்டவிடப் பயங்கரமான விசயம் ஒண்ணு நாலு வருசத்துக்கு முன்னாடி, இங்க இருந்து பக்கத்து ஊரு பண்ணைப்புதூர்ல நடந்துச்சு தெரியுமா?" என்று புதியவன் கேட்க, இவன் வேறு பழைய விஷயங்களைக் கிளறுகிறானே என்று எண்ணிக்கொண்டு 'தெரியும்' என்று தலையாட்டினான் சின்னசாமி.

"அப்போ நடந்த விசயங்க வேணும்னா உங்களுக்குத் தெரிஞ்சுருக்கலாம். இப்போ அந்தக் கொலைய எல்லாம் செய்யச் சொன்ன முக்கியமான ஆளு அந்த சமீனு இன்னும் ரெண்டுநாளுல வெளிய வரப் போறாரு. அது உங்களுக்குத் தெரியுமா?" என்று ரகசியமானக் குரலில் கேட்டான் கண்ணன்.

“என்னடா சொல்ற?” என்று தன்னையும் மீறி கேட்டான் வேலப்பன்.

“ஆமாண்ணே. அவரோட அண்ணன் பெரிய சமீனு எப்புடியோ பணத்தை எல்லாம் செலவு செஞ்சு அவரு தம்பிய வெளிய கொண்டுவர ஏற்பாடு செஞ்சுட்டாராம். எங்க பக்கத்து வீட்டுல இருக்கவரு போலீசுல ஏட்டா இருக்காரு, அவருதான் சொன்னாரு” என்று உறுதியாகக் கூறினான் கண்ணன்.

“சரி, சரி நாங்க கௌம்புறோம்” என்று வேலப்பனைக் கூட்டிக்கொண்டு அங்கிருந்து கிளம்பினான் சின்னசாமி. அந்தத் தகவல் வேலப்பனின் மனதில் எந்த மாதிரியான மாறுதல்களை ஏற்படுத்தியிருக்கும் என்று சின்னசாமியால் உணரமுடிந்தது. அன்று மாலை வீட்டுக்குச் சென்றவுடன் வேலப்பனின் மனைவி தெய்வானையிடம் இதுபற்றிக் கூறி அவனைப் பார்த்துக் கொள்ளும்படி கூறினான் சின்னசாமி.

•••

“எனக்கு ஒடம்பு கொஞ்சம் சரியில்லாத மாதிரி இருக்கு. ஒரு ரெண்டுநாளைக்கு வேலைக்குப் போகாம வீட்டுல இருக்கீங்களா?” என்று கேட்ட மனைவியைத் தொட்டுப் பார்த்தான் வேலப்பன்.

“அப்புடி எதுவும் தெரியலயே. என்ன திடீர்னு?”

“புள்ளதாச்சின்னா ஆயிரம் கஷ்டம் இருக்கும். நான்தான் கேக்குறேன்ல இருங்களேன்” என்றாள்.

“சின்னசாமி எதுவும் சொன்னானா?” என்று அவன் கேட்டக் கேள்விக்கு ஒரு நிமிட மௌனம் பதிலாகக் கிடைத்தது.

“சரி, நீ கேட்டு இதுவர நான் எதுவும் செஞ்சது இல்ல உனக்காக ரெண்டுநாள் நான் வீட்டுல இருக்கேன்” என்று அமைதியாக திண்ணையில் சென்று அமர்ந்தான் வேலப்பன்.

•••

“வண்டிய நிறுத்துடா சின்னா” என்று வேலப்பன் சொல்ல வழக்கமாக வேலைக்குச் செல்லும் வழியில் மிதிவண்டியை நிறுத்தினான் சின்னசாமி. எதற்காக ஆள்நடமாட்டம் இல்லாத இடத்தில் நிறுத்தச் சொன்னான் என்று சின்னசாமி யோசித்துக்கொண்டிருந்தபோது, இன்னொரு மிதிவண்டி வேகமாக வந்து அவர்கள் அருகில் நின்றது. அந்த மிதிவண்டியில் வந்தவர் கிட்டனின் தந்தை கருப்பண்ணன்.

"கருப்பண்ணன் சித்தப்பா எதுக்கு இங்க வந்துருக்காரு? இப்போ நம்ம எதுக்கு இங்க நிக்குறோம்? என்ன நடக்குதுன்னு சொல்லுண்ணே" என்று சின்னசாமி அடுக்கிய கேள்விகளுக்கு "இருடா சொல்லுறேன்" என்று சொல்லிவிட்டு வேலையில் மும்முரமாக இறங்கினான் வேலப்பன்.

தன் மிதிவண்டியின் பின்னால் வைத்திருந்த துண்டை எடுத்துப் பிரித்து அதிலிருந்து அரிவாளை வெளியில் எடுத்தார் கருப்பண்ணன். வெயிலில் அரிவாள் பளபளத்தது. அதே துண்டை எடுத்து முகத்தில் கட்டிக்கொண்டவர், கொஞ்சம் முன்னாள்போய் காத்திருப்பதாக வேலப்பனிடம் சொல்லிவிட்டுப் பக்கவாட்டில் உள்ள ஒற்றையடிப் பாதைக்குள் சென்றார்.

"அண்ணே, சொன்னா கேளுண்ண, இப்போ நமக்கு இது வேணாண்ணே வீட்டுல கர்ப்பிணிப் பொண்டாட்டிய வச்சுக்கிட்டு இந்தப் பழிவாங்குற வேலையெல்லாம் வேணாம் தயவுசெஞ்சு வாண்ணே போயிருவோம்" என்று கெஞ்சினான் சின்னசாமி.

"என்னய தடுக்காதடா சின்னா. இது எனக்காக மட்டும் இல்ல, நம்ம ஊருக்காக, எந்தத் தப்பும் செய்யாத சீதா குடும்பத்துக்காக, தெரியாம தப்பு செஞ்ச அந்த இளவட்டப் பசங்களுக்காக. எல்லாம் நல்லா விசாரிச்சுட்டுதான் இறங்குறோம். அந்தப் பெருமாள்சாமிக்கு இன்னைக்குதான் பாதுகாப்புக் கொறவு. இன்னைக்குவிட்டா இனி எப்பவும் பழிவாங்க முடியாது. நாங்க மாட்டிக்கமாட்டோம், நீ இங்கயே எங்களுக்காகக் காத்துக்கிட்டு இரு. அரமணி நேரத்துல வந்துருவோம் என்று சின்னசாமி கூறிய அறிவுரைகள் எதையும் காதில் வாங்கிக்கொள்ளாமல் தனது திட்டத்தை விளக்கிவிட்டுக் கண்களில் வெறியோடு முகத்தில் துண்டைக் கட்டிக்கொண்டு ஒத்தையடிப் பாதைக்குள் சென்று மறைந்தான் வேலப்பன்.

●●●

முட்செடிகளால் சுற்றி வேலியிடப்பட்டிருந்த தென்னந்தோப்பின் நடுவில் கயிற்றுகட்டில் போட்டு சொகுசாக அமர்ந்தபடி மதுவை ரசித்து உறிஞ்சிக்கொண்டிருந்தார் பெருமாள்சாமி. அவருக்கு வலதும் இடதுமாக இரண்டு அடியாட்கள் நின்றுகொண்டு சுற்றும்முற்றும் நோட்டம் விட்டுக்கொண்டிருந்தனர். வேலிக்கு வெளியே மாமரங்களின் பின்னாலிருந்து இரண்டு ஜோடி கண்கள் அவரை நோட்டம் விட்டுக்கொண்டிருந்தன.

அப்பொழுது அங்கே ஒரு கார் வந்து நின்றது. உள்ளே இருந்து நல்ல வெள்ளை நிறத்தில் பருத்த மனிதர் ஒருவர் இறங்கி நேராகச்

சென்று பெருமாள்சாமியைத் தழுவிக்கொண்டார். அவருடன் வந்த இரண்டுபேர் பெருமாள்சாமிக்குக் கைக்கொடுத்துத் தங்களை அறிமுகம் செய்துகொண்டவுடன், நால்வரும் கட்டிலுக்கு அருகில் நாற்காலியில் அமர்ந்தனர்.

"நீங்க இல்லன்னா நான் வெளிய வந்துருக்கவே முடியாது. ரொம்ப நன்றி சார்" என்று அந்த வெள்ளை நபருக்கு நன்றிகூறினார் பெருமாள்சாமி.

"அய்யய்யோ, என்னங்க இதுக்கெல்லாம் பெரியப்பெரிய வார்த்தைகள் சொல்லிட்டு, உங்க அண்ணன் எனக்குச் செஞ்ச உதவிகளுக்கு ஏதோ என்னால முடிஞ்ச சின்னக் கைமாறு" என்று குழைந்தார் அந்த மனிதர்.

அந்தப் புதிய நபரைப் பார்த்து நரம்புகள் புடைக்க அரிவாளை இறுக்கிப் பிடித்தார் கருப்பண்ணன். அவர்கள் நின்றுருந்த மரத்தில் இருந்து வேலிக்கு மிக அருகில்தான் அமர்ந்திருந்தார்கள். ஆட்கள் அவர்கள் நினைத்ததைவிட அதிகமாக இருந்தது வேலப்பனுக்குத் தவறாக தோன்றியது.

"சித்தப்பா, ஆளுங்க நெறயபேரு இருக்காங்க இப்போ எறங்குனா மாட்டிப்போம், வாங்க சத்தமில்லாம கௌம்பிருவோம்" என்று மெல்லியக் குரலில் அவரைத் திரும்ப அழைத்தான்.

"இந்த வாய்ப்ப விட்டா நம்ம எழப்புக்கு எல்லாம் பழிவாங்கவே முடியாதுடா. இவன எல்லாம் நடமாடவே விடக்கூடாது. முடிச்சூரலாம் வா" என்று கெஞ்சினார் கருப்பண்ணன்.

"நான் வேணாம்னு சொல்லல சித்தப்பா இப்போ வேணாம்னுதான் சொல்றேன். செய்யுறத நல்லா திட்டம்போட்டு மாட்டிக்காம செய்வோம். இப்போ கௌம்புவோம், வா" என்று வேலப்பன் கூப்பிடவும் "சரி வா" என்று வேலப்பனை முன்னாள்விட்டு அவன் பின்னால் இரண்டடி எடுத்து வைத்தவர், 'டேய்ய்ய்ய்' என்று கத்தியபடி வேலியைத் தாண்டி அரிவாளுடன் உள்ளே குதித்தார் கருப்பண்ணன்.

"ஐயையோ சித்தப்பா" என்று பதறியபடியே தானும் உள்ளே குதித்தான் வேலப்பன். உள்ளே நுழைந்ததும் ரத்த வெறிகொண்டு பெருமாள்சாமியை ஏழெட்டு இடங்களில் தொடர்ந்து வெட்டினார் கருப்பண்ணன். தடுக்கவந்த அடியாட்களுள் ஒருவனைக் கையில் வெட்டினான் வேலப்பன். பயந்துபோய் தப்பிக்க எழுந்த புதிய நபர்களுள் ஒருவர் தடுமாறி வேலப்பன் மீது மோத, வேலப்பன் முகத்தில் கட்டியிருந்த துண்டு அவிழ்ந்து விழுந்தது.

“இவன் அந்தப் பண்ணைப்புரத்துக்காரன்டா, அவனைப் புடிடா!” என்று கை வெட்டுப்பட்ட அடியாள் மற்றொரு அடியாளை நோக்கிக் கத்தினான். இதற்குமேல் தன் கைகளில் எதுவும் இல்லை என்பதை உணர்ந்த வேலப்பன், பெருமாள்சாமியின் இறந்த உடலையே வெறிகொண்டு வெட்டிக்கொண்டிருந்த கருப்பண்ணனை இழுத்துக்கொண்டு ஒற்றையடிப் பாதைக்குள் சென்று மறைந்தான்.

•••

சட்டையில் ரத்தக்கரையுடன் வீட்டிற்குள் நுழைந்த கணவனைக் கண்டு பதறி எழுந்தாள் தெய்வானை. ‘பெருமாள்சாமி செத்துட்டான்’ என்று ஒரே வரியில் சொல்லிவிட்டு மனைவியின் துணிமணிகளை எல்லாம் ஒரு பெட்டியில் அடுக்கினான் வேலப்பன். அதிர்ச்சியோடு வெளியில் வந்த தெய்வானையிடம் நடந்தவற்றை எடுத்துக்கூறினான் சின்னசாமி. மீண்டும் வீட்டிற்குள் சென்றாள் தெய்வானை.

“என்ன மன்னுச்சுரு தெய்வான, எல்லாமே என் கைய மீறி நடந்து முடிஞ்சுருச்சு. நான் இப்பவே போலீசுல சரணடையப் போறேன். உன்ன எங்கயாவது கண்காணாத ஊருக்குப் பஸ் ஏத்திவிட சின்னசாமிகிட்ட சொல்லிருக்கேன். நீ இப்பவே அவனோடக் கெளம்பு” என்று அவள் முகத்தைக்கூடப் பார்க்கத் தைரியமில்லாமல் தலைகுனிந்தபடி பேசினான் வேலப்பன்.

“நான் எதுக்குப் போகணும்?”

“என்னய பழிவாங்குறேன்னு அந்தப் பாவிங்க உன்ன ஏதாவது செஞ்சாலும் செய்வானுங்க. நமக்காக இல்லனாலும் நம்மக் கொழந்தைக்காக இங்க இருந்து நீ போய்தான் ஆகணும். அந்தக் கொழந்தைக்கு இந்தப் பழிவாங்குற விசயமெல்லாம் சொல்லி வளக்காத. நல்லா படிக்கவச்சு பெரிய ஆளாக்கு இப்போ கெளம்பு.”

“நான் கேக்குற ஒரே ஒரு கேள்விக்கு மட்டும் உண்மையா பதில் சொல்லு. நான் இங்க இருந்து போறேன்.”

“இந்த நேரத்துல உனக்கு என்னடி கேள்வி?”

“அந்த சீதம்மாவுக்கு நடந்தமாதிரி எனக்கு நடந்துருந்தாலும், நீ இதேதான் செஞ்சுருப்பியா?” என்று தெய்வானைக் கேட்ட கேள்வி ஒரு நிமிடம் வேலப்பனை உச்சியில் ஓங்கி அடித்தார் போன்று இருந்தது.

“இது நா... நான் அவ... அவளுக்காக மட்டும் செய்யல, ஊருக்கு நடந்த அநியாயத்துக்கு எல்லாம்...” என்று அவன் தடுமாறியபடி பதில் செல்லும்முன் அவனை நிறுத்தினாள் தெய்வானை.

“கேட்ட கேள்விக்கு மட்டும் பதில்” என்று அவனையே கூர்ந்து பார்த்தாள்.

“சத்தியமா உன்னயும் அவளயும் நான் தனித்தனியாப் பிரிச்சுப் பாக்கல. கண்டிப்பா உனக்காகவும் நான் இதேதான் செஞ்சுருப்பேன்” என்று அவன் கூறியதும் வேறு எதுவும் பேசாமல் பெட்டியைத் தூக்கிக்கொண்டு வெளியில் சென்றாள் தெய்வானை. சின்னசாமியோடு அவள் செல்வதையே அவர்கள் மறையும்வரைப் பார்த்திருந்துவிட்டு, வேலப்பனும் கிளம்பினான்.

மறுநாள் அனைத்துச் செய்தித்தாள்களிலும் வேலப்பனும், கருப்பண்ணனும் காவல்நிலையம் செல்லும் வழியில் கொடூரமாக வெட்டிக்கொள்ளப்பட்டதாக தலைப்புச் செய்தி வெளியானது.

•••

இன்று

பண்ணைப்புதூர் என்று ஆறுமுகம் கூறியதும், இத்தனை நிகழ்வுகளும், பழைய சமீன்புதூர் பெரிய சமீன் ரங்கசாமிக்கு கண்முன் ஓடி மறைந்தது. தன் தம்பியைக் கொன்ற வேலப்பனைக் கொன்றபின் சொந்த ஊரில் இருந்து வெளியேறி சென்னையில் குடிபுகுந்தார் ரங்கசாமி. ஒரு பெரிய பலசரக்குக் கடை ஒன்றைக்கட்டி, அதை நிர்வகிப்பதில் தனது வாழ்க்கையைச் செலவழித்தவருக்கு மரணம் பழைய வினையின் விளைவாக வந்து அவர்முன் நின்றது.

“வேலப்பன் மகனா நீ? நாலு வருஷம் என்கிட்ட யாரோபோல நல்லா வேல செஞ்சியேடா?” என்று அதிர்ச்சியில் உறைந்துபோய் அதே இடத்தில் நின்றார் ரங்கசாமி.

“வேலப்பன் மகன்தான், ஆனா அவருக்குப் பொறந்த மகன் இல்ல. வேலப்பனுக்குப் பொறந்த வாரிசு அவுங்க அப்பனப் பத்தி எதுவும் தெரியாம, கும்பகோணத்துல நல்லவிதமாப் படிச்சுட்டு இருக்கு. ஆத்து வெள்ளத்துல தள்ளிக் கொன்னிங்களே சீதம்மா, அவளோட பையன்டா நான். அன்னைக்கு வேலப்பனோட அம்மா ராசம்மா என்னய யாருக்கும் தெரியாமக் காப்பாத்தி தன் பேரனாட்டம் என்ன வளத்தாடா. அவ சாகும்போது உன் சாவு என்கையாளதான் நடக்கணும்னு சத்தியம் வாங்கிட்டுதான் செத்துப்போனா. இப்போ நான் அத செஞ்சு முடிக்கப்போறேன்” என்று தன் கத்தியை ரங்கசாமியின் தொண்டையில் இறக்கினான் சீதம்மாவின் மகன் ஆறுமுகம்.

ஐஐ

தேவதைக்கோட்டை அகழ்வாராய்ச்சி

இரண்டு வருடங்கள் சிந்து சமவெளி நாகரிகம் குறித்த ஆராய்ச்சியை முடித்துவிட்டு கல்லூரிப் பேராசிரியர் பரிந்துரையில் அந்தக் குழுவில் அன்று இணைந்தாள் ஸ்ருதி. மதுரைக்கு அருகிலுள்ள ஒரு சிறிய கிராமத்தில் நாலு வருடங்களாக நடைபெற்றுக் கொண்டிருந்தது அந்த ஆராய்ச்சி. அவளுக்கு அந்த இடத்தைச் சுற்றிக் காட்டினான் இளம் ஆராய்ச்சியாளன் அரவிந்த்.

"முதல்முதல்ல இங்க ஒரு விவசாய நிலத்துல ஆழ்கிணறு தோண்ட முயற்சி செஞ்சபோது ஒரு முதுமக்கள் தாழி கிடைச்சுது. அதுல இருந்து இந்த இடத்தை ஆராய்ச்சிக்கு ஒதுக்கிட்டாங்க. இங்க கிடைச்ச பழைய பொருட்களை எல்லாம் ஆராய்ச்சி செஞ்சதுல 2600 வருஷங்களுக்கு முன்னாடியே இங்க ஒரு கிராமம் நல்ல முறையில் இருந்தது தெரியவந்தது. கிட்டத்தட்ட எல்லா வேலைகளும் முடிஞ்சுது, நீங்க இப்போதான் இந்தக் குழுவுல சேர்ந்ததால அடுத்த அகழ்வாராய்ச்சியிலதான் நிறையக் கத்துக்க முடியும்னு நெனைக்குறேன். ஆல் தி பெஸ்ட்!" என்று விளக்கம் கொடுத்தான் அரவிந்த்.

அவளைப் பற்றி விசாரித்துத் தெரிந்துகொள்ளலாம் என்று அரவிந்த் நினைக்கும்போதே தலைமை ஆராய்ச்சியாளர்

அழைப்பதாகத் தகவல் வந்தது. அவளையும் அழைத்துக்கொண்டு தலைமை ஆராய்ச்சியாளரின் கேம்ப்க்குச் சென்றான் அரவிந்த்.

"அரவிந்த்! மத்திய கவுன்சில்க்கு அனுப்பவேண்டிய பைனல் ரிப்போர்ட் இன்னும் நாலு நாள்ல என்னோட மேஜைல இருக்கணும். வேற யாரையும் நம்பாத, நீயே செய்" என்று பரபரப்பாகக் கட்டளைகள் இட்டபடியே மேஜையில் இருந்த பைல்களைப் புரட்டிக்கொண்டிருந்தார் தலைமை ஆராய்ச்சியாளர் டாக்டர் ராஜேந்திர பிரசாத்.

"சார், டாக்டர் கமலேஷ் கண்ணா ரிப்போர்ட் தயார் பண்றதா என்கிட்ட சொன்னாரே?"

"அவருக்கு அகழ்வாராய்ச்சியில அனுபவம் இருக்க அளவுக்கு ரிப்போர்ட் மேக்கிங்ல திறம இல்ல. நான் சொல்றத மட்டும் செய் அரவிந்த்" என்று அழுத்திச் சொன்னபடி நிமிர்ந்து பார்த்தார் ராஜேந்தர்.

"மிஸ்.ஸ்ருதி! எங்க இடத்தை நல்லா சுத்திப்பாத்துட்டிங்களா? அரவிந்த் குடுத்த விளக்கங்கள் எல்லாம் உங்களுக்குப் போதுமானதா இருந்ததா?"

"ரொம்பவே சந்தோசமா இருந்தது சார். உங்களோட இந்தப் ப்ராஜெக்ட்ல வேலை செய்ய முடியலையேன்னு சின்ன வருத்தம்தான். அடுத்தப் ப்ரொஜெக்ட் உங்களுக்குக் கீழ வேலை செய்ய ஆர்வமா வெய்ட் பண்றேன் சார்."

"கீழன்னு எல்லாம் சொல்லாதீங்க மிஸ்.ஸ்ருதி. அப்படியெல்லாம் இங்க எதுவும் கிடையாது. இந்தத் துறைமேல இருக்க ஆர்வமும், அறிவும்தான் இங்க நாங்க பெருசா மதிப்போம். உங்க ஆராய்ச்சி பேப்பர் நான் பாத்தேன். ரொம்பவே நல்லா இருந்தது. அதுனாலதான் உங்க ப்ரொபஸர் சொன்னவுடனே உங்கள என் குழுவில சேத்துக்கிட்டேன். நீங்க இப்போவே வேலைசெய்ய ஆசைப்பட்டா அரவிந்த் ரிப்போர்ட் ரெடிபண்ண ஹெல்ப் பண்ணுங்க" என்று பேசி முடித்தார் ராஜேந்தர்.

அவரிடம் விடைபெற்றுக்கொண்டு இருவரும் அரவிந்திற்கு ஒதுக்கப்பட்ட கேம்பிற்குச் சென்றனர்.

"டாக்டர் ராஜேந்திரன் உங்ககிட்ட கொஞ்சம் ரூடா பேசுனமாதிரி இருந்ததே..? நானும் வேலைக்குச் சேர்ந்த அப்பறம் இப்படிப் பேசுவாரா?" என்று தயங்கியபடிக் கேட்டாள் ஸ்ருதி.

"இல்ல. அவர் என்கிட்ட மட்டும்தான் அப்படிப் பேசுவார்."

"புரியலயே" என்று ஆச்சர்யம் கலந்த குழப்பதோடு கேட்டாள்.

"டாக்டர் ராஜேந்தர் என்னோட சித்தப்பா. என்னோட அப்பா, அம்மா எனக்கு எட்டு வயசு இருக்கும்போதே ஒரு கார் ஆக்சிடெண்ட்ல இறந்துபோய்ட்டாங்க. இவர்தான் என்ன படிக்கவச்சாரு. இவரும், இவரோட மனைவியும் தொல்பொருள் துறைல இருந்ததால எனக்கும் சின்னவயசுல இருந்தே இந்தத் துறைமேல ஒரு ஆர்வம் இருந்தது. அது சம்பந்தமாவே படிச்சேன். ஆனா, நான் படிச்சு முடிச்ச அப்பறம்கூட இவரோட குழுவுல என்ன சேத்துக்கல. இவராலதான் நான் இந்த மாதிரி இடத்துக்கு வந்தேன்னு எல்லாரும் சொல்லிடுவாங்கன்னு என்ன தள்ளியே வச்சுருந்தார். நான் இவரை மாதிரி இருந்த மத்த பெரிய ஆராய்ச்சியாளர்கள்கிட்ட நல்லபடியா வேலை செஞ்சு அடம்புடிச்சு இவரோடக் குழுவுல சேர்ந்தேன். இன்னைக்கு வரைக்கும் நான் இவரோட அண்ணன் பையன்னு யாருக்கும் சொன்னதும் இல்ல, அதேநேரம் என்கிட்ட மட்டும் கொஞ்சம் அதிகக் கோவமா நடந்துப்பாரு."

"ஐ எம் சாரி"

"நீங்க ஏங்க சாரி சொல்றிங்க? அம்மா, அப்பா மாதிரிதான் என்ன இவுங்க பாத்துக்கிட்டாங்க. என் சித்தி, சித்தப்பாவுக்கு குழந்தைகூட இல்லை. நம்ம ரிப்போர்ட் ரெடி பண்ணலாம் வாங்க" என்று அவளது பரிதாப நிழல் அவன்மீது விழக்கூடாது என்று கவனமாக அவளை வேலை நோக்கித் திருப்பினான்.

ரிப்போர்ட் தயார்செய்த நேரத்தில் பல இடங்களில் தன்னை நிரூபிக்க ஆரம்பித்தாள் ஸ்ருதி. வழக்கத்தைவிட ரிப்போர்ட் மிகத் தெளிவாகவும், பன்முகங்கள் கொண்டதாகவும் இருப்பதைப் பார்த்து மகிழ்ந்த அந்த ரிப்போர்ட்டைச் சமர்ப்பிக்க அரவிந்தோடு ஸ்ருதியையும் டெல்லிக்கு அழைத்துச் சென்றார் டாக்டர் ராஜேந்தர். பின்னர், புனே சென்று அங்கு ஆராய்ச்சியில் இருந்த டாக்டர் ராஜேந்தரின் மனைவியையும் சந்தித்தனர்.

•••

'நீ காலேஜ் படிக்கும்போதுகூட நெறய பொண்ணுங்க நம்ம வீட்டுக்கு வந்துருக்காங்க, அப்போல்லாம் நீ இவ்வளவு பரபரப்பா இருந்து, நான் பார்த்தது இல்லையே! என்னடா மறைக்குற என்கிட்ட?" என்று கேள்விக் கணையைத் தொடுத்தார் டாக்டர் பிரபாவதி ராஜேந்தர்.

“ஐயையோ சித்தி நீங்க வேற? ஸ்ருதி என்னோட நல்ல பிரண்ட், அவ்வளவுதான். ஏதாவது சொல்லி அந்தப் பொண்ண குழப்பிவிட்றாதீங்க” என்று தடுமாறி சமாளித்தான் அரவிந்த்.

“உன்னைப் பத்தி எனக்குத் தெரியாதா? ஏதோ சரியில்ல...” என்று அரவிந்தின் சித்தி சொல்லிக்கொண்டிருக்கும் போதே டோர்பெல் ஒலித்தது.

“தாங்க் காட்” என்று பெருமூச்சுவிட்டபடி ஓடிச் சென்று கதவைத் திறந்தான் அரவிந்த்.

உள்ளே நுழைந்த ஸ்ருதி நேராகச் சமையலறைக்குச் சென்று பிரபாவதிக்கு உதவி செய்யத் தொடங்கினாள்.

“ஓவர் ஆக்டிங் பண்ணாதடி உனக்குச் சமைக்கத் தெரியாதுன்னு எனக்கும் நல்லாத் தெரியும்.”

“கத்துக்குவேன் ஆண்ட்டி, பொறுமையா கத்துக்கலாம்.”

“அவர் வெளிய போயிருக்காரு. இன்னும் கொஞ்சநேரத்துல வந்துருவாரு. நீ அவன்கூட போய் பேசிட்டு இரு, நான் இதை முடுச்சுட்டு வரேன்” என்று அரவிந்த்தை நோக்கி அவளைத் துரத்தினாள் பிரபாவதி.

சோபாவில் அமர்ந்து டிவி பார்த்துக்கொண்டிருந்தவன் அருகில் அமர்ந்தாள் ஸ்ருதி.

“கர்நாடகா பக்கத்துல ஒரு இடத்துலதான் அடுத்து நமக்கு ப்ராஜெக்ட்னு நம்ம டீம் சீனியர் ஒருத்தர் நேத்து சொன்னாரு. அது நிஜமா அரவிந்த்?”

“வேலையத் தவற வேற எதுவுமே பேசமாட்டியா நீ?”

“ஜஸ்ட் தெரிஞ்சுக்கலாமேன்னு கேட்டேன்.”

“உங்க ப்ராஜெக்ட் ஹெட் வருவாரு அவர்கிட்டயே கேளு” என்று அவன் சொல்லிக்கொண்டிருக்கும்போதே உள்ளே நுழைந்தார் ராஜேந்தர்.

“என்னமா சொல்றாரு சார் என்ன பத்தி? அவன் என்ன சொன்னாலும் நம்பாத” என்று உள்ளே வந்தவுடன் அரவிந்த்தை வம்புக்கு இழுத்தார்.

“ஒன்னும் இல்ல சார். சும்மாதான் நெக்ஸ்ட் ப்ராஜெக்ட் பத்திப் பேசிட்டு இருந்தோம்.”

“சரிம்மா, நீங்க போய் டைனிங் டேபிள்ல வெய்ட் பண்ணுங்க. நான் டிரெஸ் மாத்திட்டு வரேன்.”

ராஜேந்தர் உடை மாற்றிவிட்டு மேஜைக்குச் சென்றபோது நன்றாக சிரித்துப் பேசிக்கொண்டிருந்த மூன்றுபேரும் அமைதியானார்கள்.

“என்ன நான் வந்தவுடனே பேசுறத நிறுத்திட்டிங்க? என்கிட்ட எல்லாம் சிரிச்சுப் பேசமாட்டீங்களா என்ன?” என்று கேட்டபடி அமர்ந்தார் ராஜேந்தர்.

“அது ஒன்னும் இல்ல சார். சித்தியும் பையனும் சேர்ந்து உங்களைக் கலாய்ச்சுட்டு இருந்தாங்க. உங்களுக்குச் சப்போர்ட் பண்ணதால என்னையும் சேர்த்துக் கலாய்ச்சாங்க உங்களைப் பாத்த அப்பறம் நிறுத்திட்டாங்க” என்று இருவரையும் போட்டுக் கொடுத்தாள் ஸ்ருதி.

“அவங்க ரெண்டுபேருக்கும் வேற வேலை இல்லம்மா. என்னப் பத்திப் பேசி சிரிக்கலன்னா தூக்கம் வராது. அதவிடு, அடுத்த மாசம் நம்ம கர்நாடகாவுக்குப் போகணும். எல்லாமே ரெடி பண்ணிரு. அங்கதான் முதல்முதலா உன்னோட அஃபீஸியல் கரியர் *(Official Career)* ஆரம்பிக்கப்போகுது. ஆல் தி பெஸ்ட்” என்று அவர் வாழ்த்திய பின்னர் மற்ற இருவரும் அவளை வாழ்த்தினர்.

நால்வரும் சாப்பிட்டுக்கொண்டிருக்கும்போது, “வேலை இல்லாம உன்னப்பத்தி பர்சனலா எதுவுமே சொல்ல மாட்டேங்குறியே. உன் அம்மா, அப்பா? வயசு? இதெல்லாம் இத்தனை நாளா என்கிட்ட சொல்லவே இல்ல” என்று அரவிந்த்தை பார்த்துக்கொண்டே ஸ்ருதியிடம் கேட்டாள் பிரபாவதி.

“இப்போதான ஆண்ட்டி நம்ம இவ்வளவு நெருங்கிப் பழகுறோம். அதான் இதுவரைச் சொல்லல. அப்பா பேர் சின்னையா, மேஸ்த்ரி வேலை செய்யுறாரு. அம்மா பேர் ராஜேஸ்வரி. நான் வீட்டுக்கு ஒரே குழந்தை. அதுனால என்ன நல்லா படிக்கவச்சாங்க. இப்போ வேலைச் செய்யணும்னு அடம்புடிச்சு, சார் டீம்ல சேந்துட்டேன். நம்மதான் இப்படி இருக்கோம் புள்ளையாவது ஆசைப்பட்டத செய்யட்டும்னு வீட்டுல விட்டுட்டாங்க.”

“வாவ்! பொதுவா பொண்ணுங்களோட அப்பா, அம்மா பொண்ணு படிச்ச உடனே கல்யாணம் பண்ணிவைக்கதான் முடிவு செய்வாங்க. உங்க அப்பா, அம்மா எவ்வளவோ பரவாயில்ல.”

“ஐயையோ நீங்க வேற அவுங்க கல்யாணம் பண்ணி வைக்கதான் யாரோ படிக்காத முறைப்பையனப் பாத்தாங்க. நான்தான் கரியர் முக்கியம்னு இங்க ஓடிவந்துட்டேன்.”

“நீ கல்யாணம் வேணாம்னு ஓடிவந்துட்ட. நானும் உன் ப்ராஜெக்ட் ஹெட்டும் கல்யாணத்துக்காக சென்னைக்கு ஓடிவந்துட்டோம். உன் ஹெட் பாக்கதான் சாதுவா இருப்பாரு. ஆளு சரியான விவரம். ஓடுறதுக்கு அட்வைஸ் வேணும்னா இவர்கிட்ட கேளு” என்று பிரபாவதி சொல்லிவிட்டு பிரபாவதியும் அரவிந்தும் வீடே அதிரும்படி சிரித்தனர்.

“அதுதான்மா நான் வாழ்க்கைல செஞ்ச பெரிய தப்பு. அதுக்கு அப்பறம் ஓடுறதயே நிறுத்திட்டேன். ட்ரெயின் தவற விடும்போதுகூட ஓடுனது இல்ல” என்று அப்பாவியாக பதில் சொன்னபடி சாப்பிட்டார் ராஜேந்தர். அவருக்கு ஆறுதலாக ஒரு பார்வை வீசிவிட்டு பிரபாவதி பக்கம் திரும்பினாள் ஸ்ருதி.

“ஓடிப்போய் கல்யாணம் பண்றது எல்லாம் நல்லது இல்ல ஆண்ட்டி. எப்போ நம்ம தேடி யாரு வருவான்னு பயந்துட்டே இருக்கணும். லவ் பண்ணாகூட பெத்தவங்க சம்மதம் வாங்கி கல்யாணம் பண்றதுதான் நல்லது.”

“அப்போ யாரையோ லவ் பண்ற போலயே?”

“இல்ல இல்ல. இப்போதைக்கு அப்படி யாரும் இல்ல. காலம்தான் ஆண்ட்டி பதில் சொல்லணும்” என்றவள் “உங்க மேரேஜ் பிளான் என்ன அரவிந்த்?” என்று கேட்டாள்.

அவன் சொல்வதற்கு முன்னே பிரபாவதி, “இவனுக்குதான்மா நாலு வரன் வந்துருக்கு. எந்தப் பொண்ணு புடிச்சுருக்குன்னு சொல்றானோ அந்த இடத்துலப் பேசணும்” என்று சொல்லிவிட்டு ஸ்ருதியின் முகத்தையே கூர்ந்து கவனித்துக்கொண்டிருந்தாள்.

அரவிந்த் குழம்பினான். “அப்படியெல்லாம் ஒன்னுமில்லையே...” என்று ராஜேந்தர் சொல்லிக்கொண்டிருக்கும் போதே அவரது கையைப்பிடித்து அழுத்தி இடவலமாகத் தலை அசைத்தாள் பிரபாவதி.

“ஓ... அப்படியா?” என்று முகம்வாடி ஸ்ருதி தலைகுனிவதைப் பார்த்த பிரபாவதியின் முகம் வெளிச்சமாயிற்று.

சாப்பிட்டு முடித்தபின் ஹாலில் அரவிந்துக்கும் ஸ்ருதிக்கும் தன்னுடைய அடுத்த ஆராய்ச்சிப் பற்றிச் சொல்லிக்கொண்டிருந்தாள் பிரபாவதி. “சதர்ன் தமிழ்நாடுல கடம்பன்குடினு ஒரு ஊர். அதுக்கு

பக்கத்துல இருபது கிலோமீட்டர் காடு. அதுக்கு நடுவுல 'தேவதைக்கோட்டை'னு ஒரு கோட்டை இருக்காம். பல நூற்றாண்டுகளா மக்கள் அந்தக் கோட்டைப் பக்கத்துல போக பயப்படுறாங்க. அதுனால எங்க டீம் நிச்சயமா அந்தக் கோட்டைய ஆராய்ச்சி செஞ்சு மக்களோட பயத்தப் போக்கணும்னு அங்க போக முடிவு செஞ்சிருக்கோம்."

எப்பொழுதும் ஏதாவது கேள்வி கேட்கும் ஸ்ருதி அமைதியாக இருப்பதைப் பார்க்கும்போது பிரபாவதிக்குப் பாவமாக இருந்தது. இதுவும் நல்லதுக்குத்தான் என்று விட்டுவிட்டாள்.

சாயங்காலம் ஆனபின் ஸ்ருதி தங்கியிருந்த இடத்தில் அவளை விடுவதற்கு அரவிந்த் அவளைக் கூட்டிக்கொண்டு கிளம்பினான். ராஜேந்தரும் பிரபாவதியும் வாசல்வரை வந்து அவர்களை வழியனுப்பி வைத்துவிட்டு அப்படியே வாசலில் சாய்ந்து நின்றுகொண்டனர்.

"ஏன் அப்படிப் பொய் சொன்ன? பாவம் அந்தப் பொண்ணு. அட்லீஸ்ட் கிளம்பும்போதாவது உண்மையச் சொல்லியிருக்கலாம் அப்படி எதுவும் இல்லனு" என்றார் ராஜேந்தர்.

"எல்லாம் நல்லதுக்குத்தான். எப்படியும் அவளை விடும்போது அவன் உண்மையச் சொல்லிடுவான். அந்தப் பொண்ணு நம்ம அரவிந்த்தை கல்யாணம் பண்ணிட்டு நம்ம வீட்டுக்கு வந்தா எவ்வளவு நல்லா இருக்கும்?"

"அந்தப் பொண்ணு வாழ்க்கை நாசமா போகாம இருந்தா சரி."

•••

முக்கியச் செய்தி தாங்கிய செய்தித்தாளை எடுத்துக்கொண்டு அரவிந்த்தை தேடி ஓடினாள் ஸ்ருதி. ஐந்தரை அடிக் குழியில் பிரஷ் வைத்து தடவிக்கொண்டிருந்தவன், இவள் வருவதைக் கண்டு மேலே வந்தான்.

"என்னாச்சு ஸ்ருதி? ஏன் இப்படி ஓடிவர?" என்று அரவிந்த் கேட்டதற்குப் பதில் சொல்லமுடியாமல் மூச்சு வாங்கிக்கொண்டே கையில் இருந்த செய்தித்தாளை நீட்டினாள்.

மூன்றாம் பக்கம் பெரியதாக இருந்தது அந்தச் செய்தி:

'கடம்பன்குடி என்னும் ஊரின் எல்லையில் 23 அகழ்வாராய்ச்சியாளர்களின் சடலங்கள் கண்டெடுக்கப்பட்டுள்ளது அந்தக் கிராம மக்களிடையே பெரும் அச்சத்தை ஏற்படுத்தியுள்ளது.

அந்த ஆய்வாளர்கள் கடம்பன்குடி கிராமத்துக்கு அருகில் காட்டிற்குள் உள்ள ஒரு கோட்டையை ஆராய்ச்சி செய்ய ஒரு மாதத்திற்கு முன்பாக சென்றார்கள் எனக் கூறப்படுகிறது. காட்டிற்குள் விறகுக்காகச் சென்ற பெண்மணிகள் சடலங்களைக் கண்டு பயந்து ஓடிவந்து ஊர்ப்பெரியவர்களிடம் தெரிவித்தார்கள் என்றும், அவர்கள் போலீசாருக்குத் தகவல் கொடுத்ததாகவும் சொல்லப்படுகிறது. ஆராய்ச்சிக் குழுவுக்குத் தலைமை தாங்கிய பெண் ஆராய்ச்சியாளர் தவிர, மற்ற அனைவரும் சடலங்களாக மீட்கப்பட்டுள்ள நிலையில், அந்தப் பெண் ஆராய்ச்சியாளரைத் தேடும் பணி போலீசாரால் முடுக்கிவிடப்பட்டுள்ளது. இறந்தவர்களின் உடல்கள் இருபது நாட்களுக்கும் மேலாக காட்டிற்குள் கிடந்திருக்கலாம் என்றும், உடல் முழுவதும் காயங்கள் இருப்பதால் காட்டுமிருகங்களால் தாக்கப்பட்டு இறந்திருக்கலாம் என்றும் மருத்துவக்குழுவினர் தெரிவித்துள்ளனர். அரசாங்கம் இறந்தவர்கள் குடும்பங்களுக்கு ஆழ்ந்த இரங்கல் தெரிவித்ததோடு, அவர்கள் குடும்பத்தினருக்கு நிவாரணமும் அறிவித்துள்ளது.'

செய்தியை வாசித்தவுடன் நிற்க முடியாமல் தடுமாறினான் அரவிந்த் "இது எப்படி உனக்குக் கிடைச்சுது?" என்று ஸ்ருதியை கேட்டான் அரவிந்த்.

"இது நேத்து வந்த நியூஸ் பேப்பர். இங்க நம்ம சைட்ல நெட்ஒர்க், இன்டர்நெட் இல்லாததால என்னோட ரூம்மேட்தான் எனக்கு இதை ஸ்பீட் கூரியர்ல அனுப்பி வச்சுருக்கா. நம்ம இதை சீக்கிரமா உன் சித்தப்பாக்கிட்ட சொல்லணும். சீக்கிரம் வா" என்று அதிர்ச்சியில் இருந்த அரவிந்த்தை இழுத்தாள். இருவரும் டாக்டர் ராஜேந்தர் இருந்த கேம்ப் நோக்கி ஓடினர்.

"என்ன அவசரம்? ஏன் இப்படி ரெண்டுபேரும் இவ்வளவு வேகமா ஓடிவரீங்க?" என்று பூதக்கண்ணாடியால் பழைய மண்பாண்டங்களை ஆராய்ந்தபடியே கேட்டார் ராஜேந்தர். அவரிடம் செய்தித்தாளை நீட்டினர். வாசித்துப் பார்த்தவர் முகத்தில் ஒரு சிறு சலனத்தைக் காட்டிவிட்டு மறுபடியும் விட்ட இடத்தில் இருந்து பானையை ஆராய்ச்சி செய்யத் தொடங்கினார்.

"நம்ம உடனடியா கிளம்பணும், இந்த வேலை எல்லாம் வந்து பாத்துக்கலாம். வாங்க" என்று அவசரப்படுத்தினான் அரவிந்த்.

"அவளைத் தேடிக் கண்டுபுடிக்கதான் போலீஸ் இருக்காங்கல்ல, கெடச்சுடுவா. நீ எதுவும் குழப்பிக்காம போய் வேலையப் பாரு" என்றார்.

"என்ன உளறிட்டு இருக்கீங்க? இது வெளையாடுற நேரம் இல்லை. அப்படி வேலை செஞ்சு பெரிய ஆராய்ச்சியாளர்னு பேர் வாங்கி என்ன செய்யப் போறீங்க? கௌம்புங்க போகலாம்."

"அவளுக்கு ஒன்னும் ஆகிருக்காது. எனக்கு அவளைப் பத்தி நல்லாத் தெரியும். போய் வேலையப் பாரு."

"ச்சீ... மனுஷனா நீயெல்லாம். செய்தி கேட்ட அதிர்ச்சியில இந்தாளுக்கு மூளைக் கொளம்பிடுச்சு. என் சித்தியை நானே போய்த் தேடிக்குறேன்" என்று கையில் இருந்த பிரஷ்ஷை தரையில் வீசிவிட்டு வேகமாக வெளியே சென்றான். என்ன செய்வதென்று தெரியாமல் ஸ்ருதி ராஜேந்தரைப் பார்த்தாள். அவர் வேலையில் மும்முரமாக இருப்பதைப் பார்த்து அரவிந்த் சென்ற திசையிலேயே சென்றாள்.

•••

நண்பர்கள் சிலர் மற்றும் ஸ்ருதியுடன் கடம்பன்குடிக்குச் சென்று தேவதைக்கோட்டைக் குறித்து விசாரித்தான் அரவிந்த். அந்தக் கோட்டை மீதுள்ள பயத்தால் போலீசார் தேடுதலை கைவிட்டிருந்தனர். ஊர்மக்களிடம் விசாரித்தபோது அந்தக் காட்டிற்குள் இதுவரை அதிகத் தூரம் உள்ளே சென்று திரும்பியவன் கதிர்வேலன் என்னும் இளைஞன் என்று தெரிந்துகொண்டனர். அவனைத்தேடி அவன் வீட்டிற்குச் சென்றபோது அவன் விறகுகளை விற்கப் பக்கத்து டவுனுக்குச் சென்றிருப்பதாகவும், அடுத்தநாள்தான் வருவான் என்றும் அவன் மனைவி கூறினாள்.

மறுநாள் காலையிலேயே கதிர்வேலன் வீட்டின் முன்பு சென்று அனைவரும் நின்றனர். கதிர்வேலனிடம் அனைத்து விஷயங்களையும் சொல்லிப் புரியவைத்தனர். மேலும் எவ்வளவு செலவானாலும் பரவாயில்லை என்று அவனிடம் பேரம் பேசினார்கள் அரவிந்த் மற்றும் ஸ்ருதி.

"கொஞ்சம் புரிஞ்சுக்கோங்க மிஸ்டர் கதிர். ஏற்கெனவே அவுங்க காணாமப்போய் மூனுநாள் ஆச்சு. இப்போ தேடுனாதான் அவுங்களக் காப்பாத்தமுடியும், ப்ளீஸ். அட்லீஸ்ட் உள்ள வந்து கொஞ்சம் தூரமாவாவது நின்னு எங்களுக்கு வழிச் சொல்லிட்டுத் திரும்பி வந்துருங்க" என்று அவனைக் கெஞ்சினாள் ஸ்ருதி.

"நீங்க நினைக்கிற மாதிரி இது ஒன்னும் சாதாரண விஷயம் இல்ல மேடம். ஏற்கெனவே அந்த ஆராய்ச்சிப் பண்ண வந்த குழுவுக்கு நான்தான் வழிகாமிச்சு கொன்னுட்டேன்னு ஊர்முழுக்க

என்னைக் கழுவி ஊத்திட்டு இருக்காங்க. உங்களுக்கும் ஏதாவது ஆகிட்டா அந்தப் பழி பாவத்தையும் என் தலைலதான் போடுவாங்க."

"அப்படியெல்லாம் எங்களுக்கு எதுவும் ஆகாது கதிர்" என்று சொல்லிவிட்டு அரவிந்த அவன் நண்பர்களுக்குச் சைகை செய்யவும் அவர்கள் இடுப்பில் வைத்திருந்த கைத்துப்பாகிகளை எடுத்துக் காட்டினர்.

"ஐயையோ நீங்க என்ன சார் துப்பாக்கி எல்லாம் வச்சுருக்கிங்க? என்னை கம்பி எண்ண வைக்காம விடமாட்டீங்க போலயே... என்னை விட்ருங்க சார்."

"பயப்படாதீங்க கதிர், அதெல்லாம் லைசென்ஸ்டு துப்பாக்கிதான். அவுங்க மூனுபேரும் எக்ஸ் – சர்வீஸ்மேன்ஸ். உங்களுக்கு எந்தப் பிரச்சனையும் வராது. தயவுசெஞ்சு எங்களை அங்க கூட்டிட்டுப் போங்க" என்று அவனைச் சமாதானப்படுத்தினான் அரவிந்த்.

"சரி சார், எனக்கு உங்க நிலைமை புரியுது, நான் வரேன். இங்க இருந்து எட்டு கிலோமீட்டருக்கு மேல நடக்கவேண்டி வரும். சாப்பிடத் தேவையானது எல்லாம் எடுத்துக்கோங்க. நான் கோட்டைக்கு ஒரு கிலோமீட்டருக்கு முன்னாடியே திரும்பிடுவேன். அப்பறம் நீங்கதான் போகணும். இப்போவே கௌம்புனாதான் நான் திரும்பிவர முடியும். வாங்க போகலாம்."

கதிர்வேலன், ஸ்ருதி, அரவிந்த், அவனது நண்பர்கள் மூன்றுபேர் என்று குழுவாகக் காட்டிற்குள் செல்லத் தொடங்கினர். சில இடங்களில் கதிர் வெட்டி வைத்திருந்த குறுக்குப் பாதைகளில் கூட்டிச்சென்றான். பல இடங்களில் இவர்களே பாதை ஏற்படுத்த வேண்டியிருந்தது. ஸ்ருதி, அரவிந்த் இருவருக்கும் இப்படி நடந்து பழக்கம் இல்லாததால் பின்தங்கியே வந்தனர்.

மதியம் அனைவரும் சாப்பிடுவதற்காக ஒரு மரத்தடியில் அமர்ந்தனர். சாப்பிட்டுவிட்டு மற்றவர்கள் சிறிது ஓய்வெடுத்துக் கொள்ளும்போது கதிர் சோகமாக தனியே சிறிது தள்ளி சென்று அமர்ந்தான்.

"ஏன் அண்ணா இப்படி வந்து தனியா ஒக்காந்துருக்கிங்க? அப்படி என்னதான் இருக்கு இந்தக் காட்டுல?" என்று கதிரிடம் சென்று கேட்டாள் ஸ்ருதி.

“நான் பொறக்கும்போதே என் அம்மா செத்துபோயிருச்சு எனக்கு எல்லாமே என் அப்பாதான். அவரும் எனக்கு பதினஞ்சு வயசு இருக்கும்போது உங்க ஆராய்ச்சியாளர்கள் எல்லாம் செத்துப்போனாங்களே, அதேமாதிரி செத்துப்போயிட்டாரு. அவரு செத்த அப்பறம் எனக்கு என்ன இருக்குன்னு நானும் செத்துப்போயிரலாமான்னு இந்தக் காட்டுக்குள்ள போனேன். என் கெட்டநேரம் எனக்கு எதுவுமே ஆகல. அப்பறம் இதுதான் ஊரு, இங்கதான் வாழனும்னு ஆன அப்பறம் இந்தக் காட்டுலயே விறகு வெட்டி பொழைக்கப் பழகிட்டேன். எனக்கு மட்டும் இல்ல, இந்த ஊருல இருக்க எல்லார்க் குடும்பத்துலயும் இந்தக் காடால ஒரு உயிர்ப் போயிருக்கும். இது எங்க ஊரு விதி.”

“மன்னிச்சுறுங்க அண்ணா தேவையில்லாம உங்களைக் கேள்விகேட்டு இப்படி கவலைப்பட வச்சுட்டேன்.”

“பரவாயில்ல மா. இவ்ளோ தூரம் உள்ள போறீங்க, இதெல்லாம் தெரிஞ்சுக்குறது உங்களுக்கு நல்லதுதான். இதுமட்டும் இல்லாம இந்தக் கோட்டைக்கு ஒரு கதைகூட சொல்லுவாங்க மா. சுமார் ஒரு 800 வருஷத்துக்கு முன்னாடி இந்தத் தேவதைக்கோட்டைல இருந்த ராஜாவுக்கு ஒரே ஒரு பெண்கொழந்த மட்டும்தான் பொறந்துச்சாம். அந்தக் கொழந்தைய அவர் நல்லா ஆம்பளப்புள்ள மாதிரி எல்லா பயிற்சியும் குடுத்து வளத்தாராம். வயசுக்கு வந்த பிறகுகூட அந்தப் பொண்ணு கல்யாணம் எல்லாம் பண்ணிக்கமாட்டேன்னு படையோட சேந்து, சுத்துல இருக்க 28 கிராமங்களையும் காவல்காத்துட்டு இருந்துச்சாம். ராசா இறந்த அப்பறம் இளவரசி தன்னைத்தானே ராணியா அறிவிச்சுக்கிட்டாளாம். ராஜா இல்லாத குறுநிலம்தானேனு பக்கத்து குறுநில மன்னருங்க எல்லாம் அடிக்கடித் தொந்தரவு குடுக்க ஆரம்பிச்சாங்களாம். இதுக்கு எல்லாம் முடிவு கட்டணும்னு அந்த ராணி அமாவாசை ராத்திரி எல்லாம் ஏதோ கெட்டசக்திய 13 வருஷமா தொடர்ந்து வழிபட ஆரம்பிச்சாளாம். அவ அப்படிச் செஞ்சுட்டு இருந்த நாட்கள்ல எல்லாம் நிறைய துர்மரணங்கள் நடக்க ஆரம்பிக்கவும், மக்கள் எல்லாம் கொஞ்சகொஞ்சமா கோட்டைய காலிபண்ணி குடிபெயர ஆரம்பிச்சாங்களாம். அப்படிக் கடைசியா எல்லாரும் வந்த அப்பறம் கோட்டையச் சுத்தி மரமெல்லாம் வளந்து காடா மாறிடுச்சாம். 13 வருஷம் கழிச்சு கடைசியா இளவரசி ஒரே ஒரு பொண்ண மட்டும் வச்சுக்கிட்டு எல்லாரையும் வெளிய அனுப்பிட்டாளாம். நூத்துகணக்கான வருஷமா தமிழ்நாட்டுமேல எத்தனையோ படையெடுப்பு நடந்தும்கூட இந்தக் காட்டுக்குள்ள எந்தப் படையும்

போனது இல்லையாம். இவ்வளவு ஏன் எவ்வளவோ சீர்திருத்தங்கள் செய்ய முயற்சி செஞ்ச பிரிட்டிஷ் அரசாங்கம்கூட இந்தக் காட்டுக்குள்ள போகலன்னு சொல்றாங்க. இன்னைக்கு வேற அமாவாசை, அதுதான் மா எனக்குப் பயமா இருக்கு" என்று நீண்ட வரலாற்றைச் சொல்லி முடித்தான் கதிர்வேலன்.

"அதெல்லாம் எப்போவோ யாரோ திரிச்சு சொன்னக் கட்டுக்கதையா இருக்கும். நீங்க ஒன்னும் கவலப்படாதீங்க, உண்மை என்னனு நாங்க கண்டுபுடிச்சு சொல்றோம்" என்று ஸ்ருதி சொன்னபோது கதிரிடம் இருந்து பெருமூச்சு மட்டுமே பதிலாக வந்தது.

சிறிதுநேரத்தில் அனைவரும் எழுந்து நடக்கத் தொடங்கினர். மேலும், சில கிலோமீட்டர்கள் சென்றபின் கதிர் நின்றான். "அதோ அங்க தூரத்துல தெரியுறதுதான் கோட்டையோட உச்சி. இன்னும் ஒரு கிலோமீட்டர் நேரா நடந்து போனீங்கன்னா கொஞ்சநேரத்துல கோட்டைக்குப் போயிரலாம். ராத்திரி ஜாக்கிரதையா தங்கிக்கோங்க தயவுசெஞ்சு சீக்கிரம் திரும்பிவர முயற்சி செய்யுங்க" என்று அறிவுரைகூறி முடித்தான் கதிர்.

தன் பையில் இருந்து ஒரு லட்சம் ரூபாயை எடுத்துக் கதிரிடம் நீட்டினான் அரவிந்த். இவ்வளவு வேண்டாம் என்று இருபதாயிரம் மட்டும் எடுத்துக்கொண்டான் கதிர். ஸ்ருதியிடம் ஜாக்கிரதையாக இருக்குமாறு மீண்டும் ஒருமுறை சொல்லிவிட்டுத் திரும்பி நடந்தான். மற்ற ஐவரும் அவன் செல்வதையே பார்த்துக்கொண்டு நின்றனர்.

•••

மாலை இருள் மெல்லமெல்லப் படரத்தொடங்கியது. கையோடு கொண்டுவந்திருந்த டார்ச்சுக்கு உயிரூட்டி ஐவரும் கோட்டையை நோக்கி முன்னேறினர். இலைகள் சலசலக்கும் ஓசைத் தொடர்ந்து கேட்டுக்கொண்டிருந்தது. ஏதோ பறவை மரத்தைக் கொத்துவதுபோன்ற ஓசைகளும் எழுந்தது. ஸ்ருதிக்கு மூளையில் ஏதோ மின்னோட்டம் ஓடியதுபோன்ற உணர்வு ஏற்பட்டது. நடப்பதை நிறுத்திவிட்டு அரவிந்த் கையைப் பிடித்து நிறுத்தினாள்.

"எனக்கு எதுவோ சரியா படல அரவிந்த். நம்மளத்தவிர இங்க வேற யாரோ இருக்கமாதிரி இருக்கு."

"இவ்வளவு தூரம் வந்த அப்பறம் என்ன குழப்பம் ஸ்ருதி? நீ நெனைக்குற மாதிரி ஒன்னும் இருக்காது. அப்படியே இருந்தாலும்

நம்மகிட்ட ஆயுதம் இருக்கு..." என்று அரவிந்த் சொல்லிக் கொண்டிருக்கும்போதே அவர்கள் முன்னாள் சடசடவென்று பயங்கரச் சத்தத்துடன் ஒரு மரம் முறிந்து விழுந்தது.

ஐவரும் அந்த மரத்தைச்சுற்றி யாரும் இருக்கிறார்களா எனத் தேடினர். இவர்களைத் தவிர வேறு யாரும் இருப்பதுபோன்ற எந்த அறிகுறியும் இல்லை. மரம் அடிப்பகுதியில் கடுமையாகத் தாக்கப்பட்டிருந்தது. வேறு எந்தத் தடயமும் இல்லாததால் ஸ்ருதியைச் சமாதானப்படுத்திக் கோட்டையை நோக்கி அழைத்துச் சென்றான் அரவிந்த்.

ஐவரும் கோட்டையை அடைந்தனர். அது மிகவும் சிதிலமடைந்து இருந்தது. முழுவதும் கல்லால் ஆன மதில்சுவர், மதில்சுவர் உள்பக்கத்தில் சிறியச்சிறிய வீடுகள், நடுவில் பிரமாண்டமான மாளிகை எனப் பல நூற்றாண்டுகளுக்கு முன்பு செழிப்பாக இருந்ததற்கானச் சுவடுகள் தென்பட்டன. சிதிலங்களும், இரவும் சேர்ந்து சிறிது திகிலை ஏற்படுத்தின.

கோட்டை முழுவதும் சுற்றிப் பிரபாவதியைத் தேடினர். ஆராய்ச்சி செய்தவர்கள் தங்கியிருந்தக் கூடாரங்கள் தென்பட்டன. அவற்றை முழுவதுமாகச் சோதனையிட்டனர். அங்கும் எதுவும் கிடைக்காததால் மாளிகையை நோக்கிச் சென்றனர்.

உயிரற்ற ஆழ்ந்த மௌனத்துடன் அவர்களை வரவேற்றது அந்த மாளிகை. வாசலைத் தாண்டியவுடன் அரசவை இருந்தது. மேலும் பல அறைகள் காணப்பட்டன. மூன்று மாடிகள் பிரமாண்டமாக இருந்த மாளிகை முழுவதும் வெறும் அறைகள்தான் இருந்தன. மேலே கடைசி மாடியில் இருந்த அறையின் மாடத்தில் இருந்து பார்த்தால் கோட்டை முழுவதும் நன்றாகத் தெரிந்தது.

ஒவ்வொரு அறையாகத் தேடிப்பார்த்தனர். பெரும்பாலான அறைகள் காலியாக இருந்தன. மீண்டும் கீழே அரசவைப் பகுதிக்கு வந்து கீழே இருந்த அறைகளில் எல்லாம் தேடத்தொடங்கினர். அரசவைக்கு வலது மூலையில் இருந்தக் கடைசி அறை மற்ற அறைகளில் இருந்து மாறுபட்டு விசித்திரமாக இருந்தது.

அந்த அறையின் நடுவில் சதுரவடிவில் சிறிய அறை போன்ற மற்றொரு அமைப்பு இருந்தது. ஸ்ருதி அரவிந்த்தை மட்டும் அழைத்துக்கொண்டு அந்த வடிவத்திற்கு அருகில் சென்றாள்.

அந்த அமைப்பில் எங்கும் கதவுகளே இல்லை. முழுவதுமாக மூடி இருந்தது. அதன் வலதுபக்கச் சுவரில் ஏதோ புரியாத

மொழியில் வார்த்தைகள் பொறிக்கப்பட்டிருந்தன. அந்த எழுத்துக்களுக்குக் கீழ் ஒரு சிறிய குண்டூசி போன்ற ஒன்று நீட்டிக்கொண்டிருந்தது. அதற்கும் அருகில் ரத்தச் சிவப்பாக ஓநாய்போன்ற வடிவத்தில் ஒரு மிருகச் சிலை இருந்தது.

ஸ்ருதி அந்த வார்த்தைகளை வாசிக்க முயற்சி செய்தாள். அவள், அந்த வார்த்தைகளைத் தடவிப் பார்க்கும்போது தவறுதலாக அவளது விரலை அந்த குண்டூசி கீறி ரத்தம் கொட்டியது. அவள் தன்னுடைய பையில் இருந்து மருந்து எடுத்துக் காயத்தில் தடவியபோதும் நிற்காமல் ரத்தம் கொட்டியது. ஸ்ருதி மெல்லமெல்ல சுயநினைவை இழந்துகொண்டிருந்தபோது வெளியிலிருந்து தொடர்ந்து துப்பாக்கிக் குண்டுகள் முழங்கின.

•••

ஸ்ருதி கண்விழித்தபோது சூரியன் மெல்லமெல்ல மேற்குத்திசையில் இறங்கிக்கொண்டிருந்தது. அவளது உடல் பாரமாக இருப்பதுபோன்ற உணர்வால் அவளால் கண்களைத் திறக்க முடியவில்லை. ஒருவழியாகச் சிரமப்பட்டு கண்விழித்துப் பார்த்தவளுக்குப் பெரிய அதிர்ச்சிக் காத்திருந்தது. அவளுக்கு நேரே தூரத்தில் அவளும் (ஸ்ருதி), அரவிந்த், மற்றவர்களும் நடந்து வந்து கொண்டிருந்தனர். அதிர்ச்சியில் சுற்றுமுற்றும் பார்த்தபோது கோட்டை அவளுக்குப் பின்னால் சிறிதுதூரத்தில் இருந்தது. இவளது உடல் இரண்டு ஆள் உயரத்திற்குப் பெரிய ஓநாய்போன்று முழுவதும் ரத்தச் சிவப்பு ரோமங்களால் அடர்ந்திருந்தது.

ஸ்ருதி இப்பொழுது ஒரு மிருகமாக மாறியிருந்தாள். இப்பொழுது இவளுக்கு எதிரில் நடக்கும் அனைத்தும் ஏற்கெனவே நேற்று நடந்தவைபோல அப்படியே நடந்துகொண்டிருந்தன. சட்டென்று ஸ்ருதிக்கு ஒரு யோசனைத் தோன்றியது. இப்பொழுது எதிரில் வரும் ஐந்துபேரையும் தடுத்து நிறுத்திவிட்டால், அந்த ஐந்துபேரும் கோட்டைக்குச் செல்லமாட்டார்கள். ஸ்ருதி மிருகமாக மாறவேண்டியிருக்காது.

ஆனால், இப்படியே சென்று தடுத்தால் அவர்கள் கேட்கமாட்டார்கள். மிருகம் என்று நினைத்துத் தாக்குவார்கள். எனவே, அவர்களைப் பயமுறுத்த அவர்கள் அருகிலிருந்த மரங்களுக்கு நடுவில் வேகமாக ஓடத்தொடங்கினாள், மரங்கள்மேல் ஏறி இலைகள் உதிரும்படி மரங்களை ஆட்டினாள்.

கீழே இருந்த ஸ்ருதி, அரவிந்த் கையைப் பிடித்து நிறுத்தினாள். அவள் தடுத்தும் அதை அரவிந்த் பெரிதாக எடுத்துக்கொள்ளாதது

தெரிந்தது. மிருகமாக இருந்த ஸ்ருதிக்கு இப்பொழுது என்ன செய்வது என்றே தெரியவில்லை. அவர்களுக்கு முன்னே சென்று அங்கிருந்த ஒரு மரத்தை அவளுடைய கூர்மையான நகங்களால் தாக்கி கீழே சாய்த்தாள். பலத்த சத்தத்துடன் மரம் முறிந்து விழுந்தது.

அந்த ஐந்துபேரும் பயந்து திரும்பிச் செல்லாமல் நேராக மரத்தை நோக்கி டார்ச்சுடன் ஓடிவந்தனர். மிருகமாக இருந்தவள் அவர்கள் இவளைப் பார்க்கக்கூடாது என்று காட்டுக்குள்ளே ஓடி ஒரு மரத்தின் பின்னால் நின்று அவர்கள் என்ன செய்கிறார்கள் என்று கவனித்தாள். சிறிதுநேரம் தேடிப்பார்த்த ஐந்துபேரும் எதுவும் கிடைக்காமல் கோட்டையை நோக்கி நகர்ந்தனர். அவர்கள் மீண்டும் நகர்ந்தபின் மிருகமாக இருந்த ஸ்ருதி மயங்கி விழுந்தாள்.

•••

மறுபடியும் கண்விழித்துப் பார்க்கும்போது ஸ்ருதி இன்னும் மிருகமாகவே இருந்தாள். இப்பொழுது இரவுநேர இருள் எங்கும் சூழ்ந்திருந்தது, அவள் கோட்டைக்குள் ஒரு வீட்டிற்குள் இருந்தாள்.

இப்பொழுது என்ன நடக்குமோ என்று அவள் அந்த வீட்டைவிட்டு வெளியே வந்தாள். கோட்டைவாசலில் டார்ச் வெளிச்சம் பரவியது. ஸ்ருதி, அரவிந்த் குழுவினர்தான் கோட்டைக்குள் வந்துகொண்டிருந்தனர். கோட்டைக்குள் இருந்த ஆராய்ச்சியாளர் முகாம்கள், வீடுகளில் எல்லாம் பிரபாவதியைத் தேடிக்கொண்டிருந்தனர். அங்கே எங்கும் தடயங்கள் கிடைக்காததால் கோட்டை நடுவில் இருந்த மாளிகைக்குள் சென்றனர்.

மிருகமாக இருந்த ஸ்ருதிக்கு நடப்பவைப் பாதிப் புரிந்தும், புரியாமலும், நம்பமுடியாமலும் இருந்தது. ஆனால், நேற்று நடந்த ஏதோ ஒரு விஷயத்தைத் தடுத்தால் மிருகமாக மாறவேண்டி இருக்காது என்று நம்பினாள். எதனால் இப்படி நடந்தது என யோசிக்கத் தொடங்கினாள். அந்த கோட்டைக்குள் இருந்த அந்த விசித்திரமானக் கட்டட வடிவத்தில் இருந்த வார்த்தைகளை வாசிக்கும்போது அவளுக்குக் கையில் கீறல் ஏற்பட்ட பின்தான் இவ்வளவும் நடக்கத் தொடங்கியது. இனி வேறு வழி இல்லை நேராக இப்படியே அவர்களிடம் சென்று உண்மையைச் சொல்லி எல்லாவற்றையும் தடுக்கவேண்டியதுதான் என்று முடிவு செய்தாள்.

மறைந்திருந்த இடத்தில் இருந்து வெளியில் வந்தாள் மிருகமாக இருந்த ஸ்ருதி. அவர்களைத் தேடினாள். கோட்டைக்குள் டார்ச் வெளிச்சம் தெரிந்ததைப் பார்த்துக் கோட்டையை நோக்கி ஓடினாள்.

திருமாறன் இராதாகிருஷ்ணன் | 95

கோட்டைக்கு முன்னால் அரவிந்த்துடைய நண்பர்கள் மூன்றுபேரும் நின்றுகொண்டிருந்தனர். அவர்கள் அருகில் சென்று 'அண்ணா' என்று ஸ்ருதி கூப்பிடும்போது வார்த்தைக்குப் பதிலாக ஊளை வெளிப்பட்டது. இரண்டு ஆள் உயர ஓநாயைப் பார்த்துப் பதறிய மூன்றுபேரும் துப்பாக்கியை எடுத்து ஓநாயை நோக்கி சுடத்துவங்கினர்.

கதை முடிந்தது என கண்களைக் கைகளால் மூடிக்கொண்ட ஓநாயை துப்பாக்கிக் குண்டுகள் துளைக்கவில்லை. ஆனாலும், சிறிது வலித்ததால் மிருகத்துக்கே உரிய இயல்பான கோபம் பயங்கரமாக வெளிப்பட்டது. தன்னையும் அறியாமல் முன்னால் இருந்த ஒருவன் மீது பாய்ந்து அவன் கைகளைக் கடித்துப் பிய்த்து வீசியது ஓநாய். அவன் அலறியபடியே உயிர்விட்டான். ஸ்ருதி பெரும் அதிர்ச்சியடைந்தாள். அவள் எவ்வளவோ முயற்சிசெய்தும் கோப உணர்ச்சியைக் கட்டுப்படுத்த முடியவில்லை.

ஒருவன் அலறியபடி உயிர்விட்டதைக் கண்டு மிரண்டுபோன மற்ற இருவரும் ஓடத்துவங்கினர். அவர்களையும் துரத்திப் பிடித்துத் துடிதுடிக்கக் குதறிக் கொன்றது ஓநாய். ஸ்ருதிக்கு தன் உருவம் மேலே அவளுக்கே கட்டுப்பாடு இல்லாமல் போனது. சுற்றி ரத்தவெள்ளத்தில் இறந்துகிடந்தவர்களைக் கண்டு 'ஐயையோ' என்று ஸ்ருதி அலறியது காடு முழுவதும் ஊளையாக எதிரொலித்தது.

எல்லாவற்றுக்கும் அந்தக் குண்டூசிக் கீறல்தான் காரணம், அதைத் தடுக்கவேண்டும் என்று வேகமாக அந்த அறையை நோக்கி மாளிகைக்குள் ஓடினாள் ஓநாயாக இருந்த ஸ்ருதி. அவளுக்கு நேரெதிரே சட்டையெல்லாம் ரத்தமாக வெளியே ஓடிவந்து கொண்டிருந்தான் அரவிந்த்.

இவ்வளவு பெரிய ஓநாயைப் பார்த்து அதிர்ச்சியடைந்தவன் கீழே கிடந்த கற்களை எடுத்து அதைத் தாக்கினான். கட்டுக்கடங்காத கோபமடைந்த ஓநாய் அவன்மீது தாவி அவனைத் தரையில் சாய்த்தது. அவன் கை, கால்களைப் பிய்த்து எறிந்த ஓநாய் மிகவும் ஆவேசப்பட்டு அவன் தலையைக் கடித்து வீசி எறிந்தது.

இவ்வளவும் ஸ்ருதியின் கட்டுப்பாடு இல்லாமல் நடந்து முடிக்க, இதற்கு வருந்துவதைவிட இதைத் தடுப்பதுதான் முக்கியம் என்று அந்த அறைநோக்கி ஓடினாள். அங்கே அந்த வாசகத்துக்கு அருகில் கையில் இருந்து ரத்தம்கொட்டிய நிலையில் மயங்கிக்கிடந்தாள் ஸ்ருதி. அவளைக் கண்டதும் ஓநாயும் கண்கள் சொருகி மயக்கம் ஏற்பட்டுத் தரையில் விழுந்தது.

•••

ஓநாயாக இருந்த ஸ்ருதி மீண்டும் கண்விழித்தபோது அதே அறையில்தான் இருந்தாள். அவளுக்கு எதிரில் இவளுடைய உருவத்தைப்போன்றே இருந்த மற்றொரு ஓநாய் ரத்தம் வழிந்த நிலையில் இருந்த ஸ்ருதியை கையில் ஏந்தி அங்கிருந்து நடக்கத் தொடங்கியது.

அந்தப் புதிய ஓநாய் மீது பாய்ந்தாள் ஸ்ருதி. அவளுடைய மனித உருவம் புதிய ஓநாய்க் கைகளில் இருந்து நழுவி கீழே விழுந்தது. கோபமடைந்த புதிய ஓநாய் ஸ்ருதி மீது பாய்ந்து சண்டையிட்டது. இரண்டு ஓநாய்களும் கடுமையாகச் சண்டையிட்டுக்கொண்டன. இரண்டு ஓநாய்கள் உடல்களில் இருந்தும் வெளிப்பட்ட ரத்தம் அந்த அறைச் சுவர் முழுவதும் தெறித்துக் கோலமிட்டது. கடைசியில் புதிய ஓநாய் ஸ்ருதியைப் பலமாகச் சுவரில் அடித்துக் கீழே தள்ளிவிட்டது. பின்னர், ஸ்ருதியின் மனித உருவத்தை எடுத்துக்கொண்டு கோட்டையைவிட்டு வெளியேறியது.

பலத்தக் காயமடைந்த ஸ்ருதி அந்த விசித்திரமான அறையின் சுவருக்கு எதிரில் விழுந்துகிடந்தாள். அந்தச் சுவரில் எழுதியிருந்த புரியாத மொழியின் எழுத்துக்களை இப்பொழுது அவளால் வாசிக்க முடிந்தது. அதை வாசிக்கத் தொடங்கினாள்.

'சகல வல்லமைகளும் படைத்த இளவரசி ஹீரா இருள் கடவுளான தோரஸ்ஸை நோக்கி இந்த அறைக்குள் தவம் செய்துகொண்டிருக்கிறார். அவரைப் பாதுகாக்கும் பொறுப்பு இளவரசியுடன் கடைசிவரை இருந்த தோழியைச் சார்ந்தது. இருள் கடவுள் அருளால் அவள் மாபெரும் ஓநாய் உருவம் பெறுவாள். அவளுக்குப்பின் காவல்பணி அவள் வழிவந்து இந்த இளவரசியின் அறைக்கு ரத்தபலிக் கொடுக்கும் பெண்ணைச் சேரும். கோட்டைக்குள் வரும் அனைத்துப் பெண்களுக்கும் காவல்பணிக் கட்டாயம், கோட்டைக்குள் வரும் ஆண்கள் அனைவரும் கொல்லப்படுவர். காவல்பணியில் இருந்து வெளியேற அனைவருக்கும் மூன்றுமுறை வாய்ப்புகள் வழங்கப்படும். அந்த மூன்று வாய்ப்புகளுக்குள் ரத்தபலியைத் தடுக்கவேண்டும். இல்லையேல் ஓநாயாக மாறி காடு முழுவதையும் காவல்புரிந்து, அமாவாசைகளில் கோட்டைக்குள் வந்து இளவரசி தவம்புரியும் அறைக்குப் பூசை செய்யும் உன்னத காவல்பணி வரமாகக் கிடைக்கப்பெறும்.

- சூன்யமாலினி திகேரா'

வெட்டியான் கோவில்

"நீ ஆயிரம் சொன்னாலும் சரி, எனக்கு அதுல எல்லாம் நம்பிக்கை இல்ல" என்று பாலா சொன்ன சம்பவத்தைப் பலமாக மறுத்தான் ஹரி.

விஸ்காம் படித்துவிட்டு இயக்குனர் ஆகவேண்டும் என்று சென்னை வந்தவன் ஹரி. தற்காலிகமாக ஒரு பெரிதாகப் பிரபலம் இல்லாத தொலைக்காட்சியில் நிகழ்ச்சிகளை ஒளிப்பதிவு செய்யும் வேலை செய்து வந்தான். அவ்வப்பொழுது சில புதிய ரியாலிட்டி ஷோக்களுக்கு ஐடியா கொடுத்து நல்லப் பெயர் வாங்கி இருந்தான். கம்பெனிக்கு அருகிலேயே ஒரு அறை எடுத்து பாலா, மணி என்னும் இரண்டுபேரோடு பகிர்ந்துகொண்டு இருந்தான். ஆரம்பத்தில் கொஞ்சம் கூச்சமாக இருந்தாலும் பிறகு இரண்டுபேரோடும் நன்கு பழகிவிட்டான். பாவா ஒரு சுமாரான ஹோட்டலிலும், மணி ஒரு பைக் ஷோரூமிலும் வேலை செய்தனர்.

விடுமுறை நாட்களில் மூன்றுபேரும் நன்றாக ஊர்ச்சுற்றிவிட்டுச் சாயங்காலத்துக்குமேல் இவர்கள் தங்கியிருந்த விடுதி மாடியில் உக்கார்ந்து அரட்டை அடிப்பது வழக்கமாயிற்று. அப்படித்தான் அன்று பேய்களைப் பற்றி அரட்டைச் சென்றது.

"பேய் எல்லாம் இல்லன்னு தெரிஞ்சும் நம்மள இந்தப் பெரியவங்க எல்லாம் இத்தனை வருஷமா எப்படி ஏமாத்தி இருக்காங்க பாரேன்!" என்று தொடங்கினான் ஹரி.

“உனக்கு நம்பிக்கை இல்லன்னு சொல்லு. அதுக்காக இல்லன்னு எல்லாம் சொல்லாத” என்று வேகமாக அவன் கூற்றை மறுத்தான் மணி. மணி கூறுவதுதான் ‘சரி’ என்று தலையசைத்தான் பாலா.

“கொஞ்சமாவது படிச்ச, வளந்த மனுஷங்க மாதிரி நடந்துக்கோங்கடா ரெண்டுபேரும். இப்படித் தப்புத்தப்பா சொல்லிக்கொடுத்துதான் கொழந்தைங்கள கெடுக்குறிங்க எல்லாரும்” என்று வேகமாக மறுத்தான் ஹரி.

“உனக்கு அந்த மாதிரி அனுபவம் இல்லன்னு சொல்லு. எங்களை மாதிரி கிராமம் பக்கம் வளந்துருந்தா உனக்குத் தெரிஞ்சுருக்கும். எவ்வளவு பாத்துருக்கோம் தெரியுமா? எங்க பெரியப்பா எல்லாம் பேயடிச்சுத்தான் செத்துப்போனாரு தெரியுமா?” என்று அதே வேகத்தில் பதில் சொன்னான் மணி.

“இது என்ன புது கதையா இருக்கு?” என்று சிரித்தான் ஹரி.

அவனை முறைத்தபடியே, “என் அப்பா கூடப்பொறந்தவங்க என் அத்தை, என் பெரியப்பா. என் அப்பாதான் கடைசி. என் அத்தைக்கு ஒரு பொண்ணு இருந்தாங்க. அவுங்களத்தான் என் பெரியப்பா கல்யாணம் பண்ணிப்பாருனு எல்லாரும் சின்ன வயசுலயே பேசி வச்சுட்டாங்க. அவுங்களுக்குக் கல்யாண வயசு வரும்போது எங்க பெரியப்பா அவுங்கள கல்யாணம் பண்ணிக்கமாட்டேன்னு சொல்லிட்டாரு. அதனால ரெண்டுநாளா வீட்டுக்குள்ள அழுத்துட்டே இருந்தவங்க மூனாவதுநாள் எங்க வயல் கெணத்துல விழுந்து தற்கொலைப் பண்ணிக்கிட்டாங்க. அந்தக் கிணறு பக்கம் யாரும் போகக் கூடாதுன்னு ஊர்க்கூடி முடிவு பண்ணிட்டாங்க. இதெல்லாம் நடந்து ஒரு வருஷம் கழிச்சு எங்க பெரியப்பாவுக்குக் கல்யாணம் பண்ண நிச்சயம் பண்ணாங்க. கல்யாணத்துக்கு முந்தினநாள் காணாமப் போயிட்டாரு. எல்லாரும் தேடிப் பாத்தும் எங்கயும் கிடைக்கல. ரெண்டுநாள் அப்பறம் அந்தக் கெணத்துல பொணமா மெதந்துட்டு இருந்தாரு. அதுவும் அவுங்க இறந்துபோய் சரியா ஒரு வருஷம் ஆன தேதியில. இதெல்லாம் இல்லன்னு சொல்றியா?” என்று சொல்லி முடித்தான் மணி.

“உங்க பெரியப்பா என்ன மனநிலைல இருந்தாரோ? இதெல்லாம் ஆதாரம் இல்லாத கதைதான் மணி. உங்க பெரியப்பாவுக்கு வேண்டாத யாராவது அவரைக் கொலை செஞ்சுட்டு அந்தக் கெணத்துல போட்டுட்டு பேய்னு சொல்லி இருக்கலாம் இல்லையா?” என்று அதற்கும் மறுப்புக் கூறினான் ஹரி.

“சரி அதைவிடு, எங்க கிராமத்துல எழுபது வருஷமா ஒரு சுடுகாட்டுக்குப் போகாம எல்லாரும் ஒதுங்கி இருக்காங்க. அந்த இடத்தை ஒரு கோவில் மாதிரி கவனிச்சுக்கிறாங்க. அதுக்கு என்ன சொல்லுவ?” என்று அவன் ஊர் கதையைச் சொல்லத் தயாரானான் பாலா.

“அதையும் சொல்லு கேப்போம்” என்று ஒருவித ஆர்வத்துடன் கேட்டான் ஹரி.

“எங்க ஊர் முழுக்க இந்தக் கத தெரியும். எனக்குச் சின்னவயசுல இருந்தே என் தாத்தாதான் இந்தக் கதைய அடிக்கடிச் சொல்லுவாரு. அப்போ என் தாத்தாக்கு பதினஞ்சு வயசு இருக்குமாம். எங்க ஊர்ல வேலுனு ஒரு வெட்டியான் இருந்தாராம். சுடுக்காட்டுல ஒரு குடிசைப்போட்டு அங்கயே தங்கி இருந்தாராம். அவரோட மனைவி இறந்துபோன அப்பறம் அவரும் அவர் பையனும் மட்டும்தான் அங்க இருந்தாங்களாம். அவரோட பையன் பேர் முருகேசு. அவர் ரொம்ப நல்லாப் படிக்குறாருன்னு அவர் படிச்ச ஸ்கூல் ப்ரின்சிபால் அவரு மேல படிக்க எல்லா ஏற்பாடும் பண்ண உதவி பண்ணாரு. ஆனா, இது எங்க ஊரு பண்ணையாருக்குப் பிடிக்கல. அவர் பையன் மட்டும்தான் எங்க ஊர்ல அப்போ படிச்சவராம். அதுனால ஒரு வெட்டியான் பையன் படிச்சா அவருக்கு ஊர்ல மதிப்பு இல்லாம போகிடும்னு முருகேசு படிக்கக் கூடாதுன்னு காசு தரேன், நல்ல வேலை வாங்கித் தரேன்னு என்ன என்னமோ சொல்லிப் பாத்தாராம் பண்ணையார். ஆனா வேலும், முருகேசும் படிக்குறதுதான் நல்லதுன்னு சொல்லிட்டாங்களாம். முருகேசு ஊரவிட்டுக் கௌம்புற அன்னைக்குப் பண்ணையாரும் அவர் பையனும் ஆளுங்களோட போய் தடுத்து இருக்காங்க. பிரச்சனைப் பெருசாகிக் கைகலப்பாகிடுச்சு. வெட்டியான் வேலு கண்ணுமுன்னாடியே அவரோட பையன் முருகேச அடிச்சுக் கொன்னு அங்க இருந்த ஒரு மரத்துல தூக்குப்போட்டுத் தொங்கவிட்டுட்டாங்க. இத பாத்துக் கதறி அழுதுட்டு இருந்த வேலுமேல மண்ணெண்ணை ஊத்தி எரிச்சுக் கொன்னுட்டாங்க. பண்ணையாரும் அவர் மகனும் போலீசை சமாளிச்சு, நெறயபேர் பிரச்சனைப் பண்ணதால அது ஊர்க்கலவரம்னு சொல்லிச் சமாளிச்சுட்டாங்க. ஊர் மக்களும் யாரும் எதிர்த்துச் சாட்சி சொல்ல வரல.

எல்லாரும் பிரச்சனை முடிஞ்சுதுன்னு நெனச்சாங்க. ஆனா சரியா ஒரு மாசம் கழிச்சுப் பண்ணையாரு சுடுகாட்டு மரத்துல ரொம்ப மோசமான நெலமைல பொணமா தொங்கிட்டு இருந்தாரு. போலீஸ் இதையும் அந்தக் கலவரம் கேஸ்ல சேத்து, அதுக்கு

பழிவாங்க யாரோ செஞ்சதுதான்னு எழுதிட்டாங்க. அதுக்குச் சரியா ஒரு மாசம் கழிச்சுப் பண்ணையாரு வீடுத் தீப்புடிச்சு எரிஞ்சு உள்ள இருந்த பண்ணையாரு பையன், மருமக, பேரன், பேத்தி எல்லாரும் கருகி செத்துப் போய்ட்டாங்க. அப்போதான் ஊர்மக்களுக்கு எல்லாம் பயம்வர ஆரம்பிச்சது. ஊர்மக்கள் இப்படிப் பேசுறதக் கேட்டு பண்ணையாரோட மச்சான் குடிச்சுட்டு ஒருநாள் ராத்திரி சுடுகாட்டுக்குள்ளபோய், அருவா வச்சு அந்தச் சுடுகாட்டு மரத்தை வெட்ட முயற்சிப் பண்ணாராம். கொஞ்சநேரம் கழிச்சு உள்ள இருந்து 'ஐயையோ, அம்மா'ன்னு சத்தம்கேட்டு எல்லாரும் ஓடிப்போய் பாக்கும்போது கழுத்து, கை, கால்னு பல எடத்துல அறுபட்டு அவரு செத்துக் கிடந்துருக்காரு. ஆனா, பக்கத்துல இருந்த அவரோட அருவால அதுக்கு எந்தத் தடயமும் இல்லையாம். ஊர்மக்கள் எல்லாரும் சேந்து அந்த மரத்துக்கு மஞ்சத்துணிக் கட்டி கயிறு கட்டி விட்டுட்டாங்க.

அதுக்கு அப்பறமும் அந்தச் சுடுக்காட்டுலப் பொதைக்குறப் பொணம் எல்லாம் பொதச்ச மறுநாள் சுடுகாட்டுக்கு வெளிய கெடந்ததாம். அங்க பொணத்தை கொண்டுபோனவங்க வீட்ல வேற, யாராவது உடம்பு சரியில்லாமப்போய் சீக்கிரம் இறந்துபோறதுன்னு ஒரே குழப்பம். அதனால அந்தச் சுடுகாட்ட எங்க ஊர்ல ஒரு மினிக் கோவில் மாதிரி ஆக்கிடாங்க. அங்க யாரும் அவ்வளவா போகமாட்டாங்க வருஷத்துக்கு ஒருநாள் மட்டும் வேலும், முருகேசும் இறந்த அன்னைக்குப் படையல் நடக்கும். அதுவும் சுடுகாட்டு வாசலுக்கு முன்னாடிதான்" என்று ஊர்ப்புராணம் சொல்லி முடித்தான் பாலா.

"நீ ஆயிரம் சொன்னாலும் சரி, எனக்கு அதுல எல்லாம் நம்பிக்கை இல்ல" என்று பாலா சொன்ன சம்பவத்தையும் பலமாக மறுத்துவிட்டு தூங்கச் சென்றுவிட்டான் ஹரி.

•••

"உங்களைப் ப்ரொடக்ஷன் மானேஜர் வந்து பாக்க சொன்னாரு" அடுத்தநாள் அலுவலகத்துக்குள் நுழைந்தவுடன் ஹரிகேட்ட முதல் வார்த்தைகள் இவைதான்.

"குட் மார்னிங் ஹரி. நீங்க என்ன ஐடியா வச்சுருக்கிங்க சொல்லுங்க?" என்று உள்ளே நுழைந்தவுடன் கேட்டார் மானேஜர்.

"சாரி சார். நீங்க சொல்றது எனக்குப் புரியல" என்று குழப்பத்துடன் விழித்தான் ஹரி.

“மறந்துட்டிங்களா? நம்ம சேனல்ல புதுசா ஒரு நல்ல ஷோ ஸ்டார்ட் பண்ணனும்னு போன வாரம் பேசுனோமே? நீங்க இன்னைக்குச் சொல்றதா சொன்னீங்களே. ரிமெம்பர்?”

அவர் சொன்ன பிறகுதான், தான் வேலை செய்யும் ஷோ இன்னும் இரண்டு வாரங்களில் முடியப்போவதும், புதிய ஷோவுக்கு ஐடியா தருவதாகச் சொன்னதும் நினைவுக்கு வந்தது.

“சொல்லுங்க ஹரி. உங்க ஐடியா பைனல் பண்ணனும், அதுக்கு அப்பறம் ஏகப்பட்ட ஃபார்மாலிட்டிஸ் இருக்கு. என்ன ஐடியா வச்சுருக்கிங்க?”

இந்த நேரத்தில் ஹரிக்கு அந்த வேலை மிகவும் தேவைப்படுவதாக இருந்தது. இந்த வேலை இவன் செலவுகளைக் கவனித்துக்கொள்ள உதவுவதோடு, இவன் சினிமா கனவுகளுக்குத் தேவையான பல விஷயங்களைக் கற்றுக்கொள்ளவும் உதவியது. இப்போது ஐடியா இல்லை என்று சொன்னால் இவன் வேலைப் பறிபோவது நிச்சயம்.

“ஹரி! ஆர் யூ ஓகே?”

பலவற்றை யோசித்துக்கொண்டிருந்த ஹரி, அவர் குரல்கேட்டு நினைவுக்குத் திரும்பினான். ‘இப்போது அவசரமாக என்ன சொல்வது இவரிடம்???’ திடீரென்று அவனுக்கு ஒரு ஐடியா தோன்றியது. மோசமான ஐடியா ஒன்றும் இல்லை, முயற்சி செய்து பார்ப்போம் என்று முடிவு செய்தான். முதல்நாள் இரவு, பாலா அவன் ஊர்ப் பற்றிக் கூறிய வெட்டியான் கோவில் கதையை அப்படியே அவரிடம் கூறினான். அதற்குமேல் ஒரு வார்த்தையும் சொல்லாமல் அவர் முகத்தையே பார்த்துக்கொண்டிருந்தான்.

“வாவ்! ஐம் இம்ப்ரெஸ்ட் ஹரி. இந்த மாதிரி பல ஊர்கள்ல நடக்குற மர்மமான விஷயங்களை நம்ம ஆராய்ச்சி செய்யுற மாதிரி செய்யலாம்னு சொல்றிங்க இல்லையா..? சூப்பர் ஹரி. நீங்களே இந்த ஷோவுக்கும் ஒளிப்பதிவு செய்யுங்க. அதுமட்டும் இல்லாம இந்தப் ப்ராஜெக்ட் இன்சார்ஜ் நீங்கதான். நான் மேல இருக்கவங்ககிட்ட பேசிட்டு நீங்க எப்போ லொக்கேஷன் பாக்க போகணும்னு சொல்றேன்” என்றார். அவர் அவனிடம் எதைச் சொல்லக்கூடாது என்று அவன் நினைத்தானோ அதையே அவர் அவனிடம் சொன்னார்.

விருப்பம் இல்லாவிட்டாலும் அவனுக்கு ஒரு சந்தேகம் வந்தது, “சார் இது நம்ம எதாவது செட் வச்சு ஷூட் நடத்தி டெலிகாஸ்ட் பண்ணலாமே?” என்று கேட்டான்.

“என்ன விளையாட்ரியா ஹரி? லைவ் லொக்கேஷன், லைவ் ஆடியன்ஸ் வச்சு எடுத்தாதான் இந்த மாதிரி ஷோ எல்லாம் ரியலிஸ்டிக்கா இருக்கும். அப்படி இருந்தாதான் நெறய மக்கள் பாப்பாங்க. கண்டிப்பா நீதான் இதை நடத்திக் குடுக்கணும். நான் மேலிடத்துலப் பேசிட்டு உனக்கு எப்போ கெளம்பணும்னு சொல்றேன். அதுவரை நீ லீவ் எடுத்து ஸ்கிரிப்ட் டெவலப் பண்ணு” என்று அவனை அனுப்பிவிட்டார் மானேஜர்.

•••

“அறிவுகெட்டவனே! உனக்கு நம்பிக்கை இல்லன்னா மூடிட்டு இருக்க வேண்டியதுதானே? நீ எக்ஸ்ப்பெரிமெண்ட் பண்ணிப்பாக்க எங்க ஊர்தான் கெடச்சுதா?” என்று கோபத்தில் கத்தினான் பாலா.

“புரிஞ்சக்கோ மச்சான். நான் வேணும்னு செய்யலடா. எல்லாமே தற்செயலா நடந்து முடிஞ்சுருச்சு மன்னிச்சுக்கோடா” என்று மன்னிப்புக் கோரினான் ஹரி.

“சரி விடு மச்சான். கோவப்படாத, அவன் வேணும்னு செஞ்சுருக்கமாட்டான்” என்று தன் பங்குக்கு பாலாவைச் சமாதானப்படுத்தினான் மணி.

“இல்லடா உங்களுக்குப் புரியல. எழுபது வருஷமா ஒட்டுமொத்தக் கிராமமும் பயந்து அடங்கியிருக்க ஒரு நம்பிக்கையோட ஆணிவேர்ல கைவைக்கிறோம்னு புரிஞ்சுக்காம இருக்க முட்டாள்டா இவன். அவனுக்குச் சப்போர்ட் பண்ணிட்டு நீ வராத, செம்மக் கடுப்புல இருக்கேன்” என்று அவனையும் எகிறிவிட்டு வேகமாக வெளியேறினான் பாலா. அவனைச் சமாதானப்படுத்த அவன் பின்னாலேயே சென்றான் மணி.

அவர்கள் பின்னால் செல்ல ஹரி நடக்கும்போது அவனது செல்போன் ஒலித்தது.

“ஹலோ ஹரி. டைரக்டர், ப்ரோடக்ஷன் லைன்னு எல்லாம் செட் பண்ணியாச்சு. ஷூட்டிங் ஆர்டர்க்கும் அப்ளை பண்ணியாச்சு. அதெல்லாம் சீக்கிரமே கெடச்சுடும். அடுத்து உன்னோட வேலைதான். நீ நம்ம கம்பெனில இருந்து உனக்குப் புடிச்ச மாதிரி ஒரு டீம கூட்டிட்டுப்போய் இப்பவே அந்த இடம் பத்தி ரிசர்ச் பண்ணணும். உனக்கு எத்தனைப்பேர் வேணும்? யார் யார் வேணும்னு சொல்லு. நான் உடனே அனுப்பி வைக்குறேன். இன்னைக்கு நைட்டே கெளம்புங்க” என்று வேகவேகமாகக் கட்டளையிட்டார் ப்ரொடக்ஷன் மானேஜர்.

“சார், நான் தனியாவே போய்க்குறேன். எல்லாரும் ஒரு வாரம் அப்பறம் அங்க வந்தா போதும்” என்று எரிச்சலுடன் பதில் சொன்னான் ஹரி.

“பிரேவ் மேன்! எனக்கு உன்ன ரொம்பப் புடிச்சுருக்கு. நீ இந்தப் ப்ராஜெக்ட் முடிச்சு வந்த அப்பறம் நிச்சயமா நான் உன் ப்ரோமோஷனுக்கு நெட்ஒர்க்ல ரெக்கமெண்ட் பண்றேன்” என்று இணைப்பைத் துண்டித்தார் மானேஜர்.

அன்று இரவு சென்ட்ரல் ரயில்நிலையத்தில் ஹரியை ரயில் ஏற்றிவிட மணியும், பாலாவும் சென்றனர். ரயில் கிளம்பும்வரை எதுவும் பேசாத பாலா, ரயில் நகரும்போது ‘பாத்து போ’ என்று தரையைப் பார்த்துச் சொன்னான்.

•••

ஹரி எதிர்பார்த்தப் பெரும்பாலானக் கிராமங்கள் போலவே வெட்டியான்புறமும் இருந்தது. ஊருக்குள் நுழையும்பொழுதே முதலில் இருந்த தேனீர்க்கடைக்குள் நுழைந்தான் ஹரி.

“அண்ணே! இங்க சுப்பிரமணினு ஒருத்தரத் தேடி வந்திருக்கேன். அவர் பையன்கூட சென்னைல வேலை செய்யுறாப்ல. அவர் வீடு எங்க இருக்குன்னு தெரியுமா?” என்று டீ மாஸ்டரிடம் விசாரித்தான் ஹரி.

“இப்பிடியே நேரா போய் இடதுபக்கம் கடைசியா இருக்க ரோட்ல திரும்பி, அவர் பேர் சொல்லிக் கேட்டிங்கன்னா சொல்லுவாங்க தம்பி. நீங்க அவருக்கு என்ன வேணும்?”

“நான் அவர் பையனோட தங்கியிருக்கேன். ஒரு சின்ன வேலையா இந்த ஊருக்கு வந்துருக்கேன்.”

“அப்படியா! ரொம்ப சந்தோசம். தம்பி டீ காபி எதுவும் குடிக்கிறீங்களா?”

“ஒரு பிளாக் டீ குடுங்கண்ணே”

“ஹை! ஐம் பிரசாத்” என்று தன்னைத்தானே அறிமுகப்படுத்திக் கொண்டார் ஒருவர்.

“ஹலோ! நான் ஹரி, மீடியால வேலை செய்யுறேன்.”

“வாவ். உங்களைப் பாக்கும்போதே ஒரு நல்ல இம்ப்ரெஸன் வந்தது, சரியாதான் இருக்கு. நான் இங்க பக்கத்துல ஒரு பிரைவேட் காலேஜ்ல ப்ரொபஸரா இருக்கேன். கிரேட் டு மீட் யூ!”

"க்ளாட் டு மீட் யூ டூ சார்."

தேநீர் அருந்திலிட்டு கடைக்காரர் சொன்ன வழியே விசாரித்து பாலாவின் வீட்டை அடைந்தான் ஹரி. நலவிசாரிப்புகளுக்குப் பின் ஹரி வந்ததற்கானக் காரணத்தைக் கேட்டார் பாலாவின் அப்பா. காரணம் தெரிந்தவுடன் அவனை எரித்து விடுவதுபோலப் பார்த்தார். எதுவாக இருந்தாலும் ஊர்த் தலைவரிடம் பேசிக்கொள்ளுமாறு கூறிவிட்டார். இது எதிர்பார்த்ததுதானே இதிலென்ன ஆச்சர்யம் என்று ஊர்த்தலைவர் வீட்டை விசாரித்து, அவரிடமும் விஷயத்தைச் சொல்லி அதற்கான பெர்மிசன் ஆவணங்களையும் காட்டினான். அடுத்தநாள் ஊர்ப் பஞ்சாயத்து கூடி அதுபற்றி முடிவெடுக்கலாம் என்று சொல்லி அவனை அனுப்பிவிட்டார் ஊர்த்தலைவர். அடுத்தநாள் பஞ்சாயத்தும் கூடியது. ஊர்மக்கள் பெரும்பாலானோர் வந்தபிறகு கேள்விகள் ஹரியை நோக்கிப் பாயத்தொடங்கின.

"தம்பி இது எங்க ஊரோட பலவருஷ நம்பிக்கை. இதுபத்தி நல்லா தெரிஞ்சுதான் இதைப் படம்புடிக்க வந்துருக்கிங்களா?" என்று கேட்டார் ஊர்த்தலைவர்.

"ஐயா! உங்க ஊர் நம்பிக்கைய தப்புன்னு நிரூபிக்க நான் இங்க வரலைங்க. இந்த மாதிரி ஊர் நம்பிக்கைகளை உலகம் முழுக்க காட்டுறதுக்குத்தான் வந்துருக்கேன். உங்க எல்லாரோட ஆதரவும் எனக்குக் குடுக்கணும்னு தாழ்மையா கேட்டுக்குறேன்."

"தம்பி, எங்களுக்கு உன்ன பத்தி எல்லாம் அக்கறை இல்ல. உன் ஆராய்ச்சிக்கு உதவப்போய் எங்க ஊருக்கு எதுவும் கேடு வரக்கூடாது. அதான் எங்களுக்கு முக்கியம். எங்களுக்கு இதுல உடன்பாடு இல்லப்பா" என்று மறுப்புக் கூறினார் மத்திம வயதுள்ள ஒருவர்.

"அப்படியெல்லாம் எதுவும் நடக்காதுன்னு நான் நம்புறேன். நான் அந்த இடுகாட்டை அவமதிக்குற மாதிரி எதுவும் செய்யமாட்டேன் தயவுசெஞ்சு எனக்கு அனுமதி குடுங்க. ஒரே ஒருநாள் ராத்திரி மட்டும் எனக்கு அந்த எடத்துக்குள்ள தங்குறதுக்கு அனுமதிக் குடுங்க" என்று கெஞ்சினான் ஹரி.

ஊரார் அனைவர் முகத்திலும் அதிர்ச்சியைக் காணமுடிந்தது. ஊர்ப் பெரியவர்கள் ஊர்த்தலைவர் காதில் ரகசியமாகக் கிசுகிசுத்தனர். கடைசியாக ஊர்த்தலைவர் தொண்டையைச் செருமினார்.

"தம்பி நீ கேக்குறது ரொம்பப் பெரிய விஷயம். இதுக்கு அனுமதிக்கக் கூடாதுன்னு ஊர்ப் பெரியவங்க எல்லாம்

ஆசைப்படுறாங்க. ஆனா, அப்படி அனுமதிக்கலன்னா நீ அடுத்து கையில ஆர்டர் இருக்கு, அது இருக்கு, இது இருக்குன்னு போலீஸக் கூட்டிட்டு வருவ. அதனால, நீ உள்ள போய் தங்கிக்கலாம். அதுவும் ஒரு ராத்திரிக்குத்தான். உன்ன உள்ள வச்சு கேட்டை பூஜைபோட்டுப் பூட்டிருவோம். அடுத்தநாள் நல்லநேரம் பாத்துதான் வந்து கேட்டைத் தொறப்போம். அதுவரை உள்ளதான் இருக்கணும். உள்ள உனக்கு என்ன ஆனாலும் ஊர்ப் பொறுப்பாகாது. நாளைக்கு சாயங்காலம் நல்லநேரம் பாத்து நீ உள்ளபோக நாங்க ஏற்பாடு செய்யுறோம்" என்று தனது முடிவை அறிவித்தார் ஊர்த்தலைவர்.

அந்தச் சுடுகாட்டுக்குள் செல்வதற்குமுன் அவனுக்கு ஒன்றரைநாள் அவகாசம் கிடைத்தது. ஊர்முழுவதும் இருந்த வயசானப் பெரியவர்களிடம்போய் அந்தச் சுடுக்காட்டைப் பற்றி தகவல்கள் சேகரித்தான். பல பெரியவர்கள் பேச மறுத்தனர். சிலர் அவன் கையைப் பிடித்துக்கொண்டு, 'உள்ள போகாதய்யா' என்று உண்மையான வருத்தத்துடன் அவனைத் தடுத்தனர். இவற்றையெல்லாம் கேட்டு ஹரி நெகிழ்ந்துபோனாலும் இப்பொழுது அந்த ஊருடைய மர்மத்துடன் அவனும் ஒன்றிப்போய் இருந்தான். உண்மையைக் கண்டுபிடிக்க வேண்டுமென்ற ஆர்வம் அவனுக்கும் மிகுதியாகத் தோன்றியது.

சுடுகாட்டையும் பலமுறைச் சுற்றிப் பார்த்தான். நல்ல பெரிய சுடுகாடு. சுற்றிலும் தடுப்புச்சுவர் எழுப்பப்பட்டு அதன்மேலே இரும்பு முட்கள் போடப்பட்டிருந்தன. உள்ளே நுழைவதற்குக் கேட்டைத் தவிர வேறு வழி இல்லை. அந்தக் கேட்டும் பல வழிகளில் பூட்டி, கயிறு கட்டப்பட்டு, பலவகையான இரும்பு ஆயுதங்கள் சொருகப்பட்டு பயமுறுத்தும் வகையில் இருந்தது. கேட் வழியாகப் பார்க்கும்பொழுது உள்ளே பல மரங்களும், நடுவே கொஞ்சம் தொலைவில் ஒரு குடிசை மட்டும் தென்பட்டது.

அன்று மாலை சுடுகாட்டுக்குமுன் ஊர்க்கூடியது. பாலாவின் அப்பா, ஹரியின் கையைப் பிடித்து அவன் கண்களையே பார்த்துக்கொண்டிருந்தார். அவர் எதுவும் பேசவில்லை. பூஜைகள் எல்லாம் முடிந்தபின், பூசாரி அவனை அருகில் அழைத்தார். 'போய்ட்டு வரன்ப்பா' என்று பாலாவின் அப்பாவைப் பார்த்தான் ஹரி. எதுவும் பேசாமல் அவன் கைகளை விடுவித்தார் சுப்பிரமணி. அவனை அருகில் அழைத்து அவன் வலதுகையில் ஒரு கயிறு கட்டி, நெற்றியில் திருநீறு இட்டார் பூசாரி. ஊர்மக்கள் அனைவரையும் வீடு திரும்பச் சொன்னார் பூசாரி. பூசாரியும், ஊர்த்தலைவரும், இன்னும் சில ஊர்ப் பெரியவர்கள் மட்டும் இருந்தனர். கேட்டைத் திறந்து

அவனை உள்ளே போகச் சொன்னார் பூசாரி. பிறகு கேட்டை பூட்டிவிட்டுச் சாவியை வேட்டியில் சொருகிக்கொண்டு கிளம்பினார் பூசாரி.

•••

இருட்டுவதற்கு இன்னும் சிறிதுநேரம் ஆகும்போல இருந்தது. நேராக குடிசைக்குச் சென்று உள்ளே செல்ல மனமில்லாமல் குடிசைத் திண்ணையில் அமர்ந்தான். கையில் எந்தப் பொருளையும் எடுத்துக்கொண்டு வர பூசாரி அனுமதிக்கவில்லை. உள்ளே எதையும் தொடக்கூடாது என்றும் கூறியிருந்தார். ஹரிக்குப் பாலாவின் ஞாபகம் வந்தது.

'அவன் சொன்னக் கதையை மானேஜர்கிட்ட சொல்லாமலே இருந்துருக்கலாம். ஊருக்குப் போனவுடனே முதல்ல அவனைச் சமாதானப்படுத்தணும்' என்று தனக்குத்தானே பேசிக்கொண்டான். பிறகு, எழுந்து சுடுகாட்டை உள்ளிருந்து சுற்றிப்பார்த்தான். பல வருடங்களாகக் கைவிடப்பட்ட அறிகுறிகள் நன்றாகவே தென்பட்டன. மரங்கள், புதர்கள், மக்கிப்போனக் கொள்ளிக் கட்டைகள், சாம்பல், சில இடங்களில் நினைவுச்சின்னங்கள் என இருந்தது. பயப்படும் அளவு இங்கு எதுவும் இருப்பதாக ஹரிக்குத் தோன்றவில்லை. பொதுவாக பேய்ப்படங்களில் வருவதுபோல கொலைச் செய்தவனைப் பழிவாங்கிவிட்டுப் பேய் போயிருக்கும் என யோசித்தான். தன்னைத்தானே தலையில் தட்டிக்கொண்டு 'என்ன கேவலமானக் கற்பனை இது' என்று நாக்கைக் கடித்துக்கொண்டான். இருட்டிய பிறகு குடிசைக்குச் சென்று திண்ணையில் சாய்ந்து அமர்ந்தான். பிறகு, அவனையும் அறியாமல் தூங்கிப்போனான்.

ஏதோ சத்தம்கேட்டு நடுவில் கண்விழித்தபோது சுற்றி மையிருட்டாக இருந்தது. தான் மட்டும் அங்கு தனியாக இருப்பதுபோல அவனுக்குத் தெரியவில்லை. மெதுவாக நடந்துபோய் கேட்டை அடைந்தான். கேட் திறந்திருந்தது! அதிர்ச்சியில் குடிசைநோக்கி ஓடிவந்தான். சுற்றிமுற்றிப் பார்த்தான். அங்கிருந்த கொல்லிக்கட்டை ஒன்றைக் கையில் எடுத்துக்கொண்டான். தனக்குப் பின்னால் ஏதோ நகர்வதுபோல அவனுக்குத் தோன்றியது. அவன் திரும்புவதற்கு முன்னாள் அவன் தோள்மீது ஒரு கை அழுத்தியது.

"சத்தம்போடாத நண்பா, நான் பிரசாத். நேத்து உன்னை டீக்கடையில பாத்தனே ஞாபகம் இருக்கா?" என்று குரல்கேட்ட

திருமாறன் இராதாகிருஷ்ணன்

பிறகு சிறிது அமைதியானான். ஒருநிமிடம் தான் ஏதேதோ நினைத்துப் பயந்ததை எண்ணி வெட்கப்பட்டான் ஹரி. கையில் டார்ச்சுடன் பெரிய சால்வையைப் போர்த்திக்கொண்டு நின்றார் பிரசாத்.

"இந்த நேரத்துல இங்க என்னங்க பண்றிங்க? சாவி எப்படிக் கிடைச்சது?"

"இந்த ஊர்ப் பூசாரி என் அப்பாதான். இந்த மாதிரி சந்தர்ப்பத்துக்காகத்தான் நான் சின்ன வயசுல இருந்து காத்துக்கிட்டு இருந்தேன்."

"புரியலயே பிரசாத்!"

"சின்ன வயசுல என் அப்பாகூட நான் இங்க உள்ள வந்துருக்கேன். அப்போதான் இந்தக் குடிசைக்குள்ள நெறய தங்க நகைகள் எல்லாம் இருக்குறதப் பாத்தேன். வேலு சாவுக்குப் பண்ணையார் குடும்பம் ஆவியைச் சாந்தப்படுத்த அவுங்க வீட்டு நகையெல்லாம் இங்க கொண்டுவந்து போட்டுட்டாங்களாம். நானும் பலவருஷமா அதை எடுத்துட்டுப் போயிடலாம்னு முயற்சிப் பண்ணேன். இன்னைக்கு மாதிரி இதுக்கு முன்னாடி எப்போவும் வாய்ப்புக் கிடைக்கல" என்று குடிசைக்குள் நுழைந்தான் பிரசாத்.

"யோவ்! ஊர்ச் சொத்தைத் திருடுறேன்னு சொல்ற உனக்கு வெக்கமா இல்ல?"

"இது இங்க இருந்து யாருக்கு என்ன பிரயோஜனம்? நானாவது எடுத்து யூஸ் பண்ணிக்குவேன். உனக்கு என்னையா கவலை?" என்று நகைகளை எல்லாம் வாரி எடுத்துக்கொண்டான் பிரசாத்.

"நாளைக்கு கேட்டைத் தொறந்தவுடனே எல்லார் முன்னாடியும் நீதான் திருடுனனு நான் சொல்லிடுவேன்."

"யார்கிட்ட வேணும்னா சொல்லிக்கோ. அதுக்குள்ள நான் வெளிநாடு போயிருப்பேன். வரட்டா?" என்று கிளம்பினான். ஹரிக்கு என்ன செய்வதென்று தெரியவில்லை. அப்படியே திண்ணையில் அமர்ந்தான்.

விடிந்தவுடன் கேட் அருகில் சென்று மௌனமாக நின்றுகொண்டான். காலை 9.30 மணிக்கு நல்லநேரம் என்று ஊர்க்குளத்தில் குளித்துவிட்டு ஈரம் காயாமல் கேட்முன்னாள் நின்று பூஜைகள் செய்துகொண்டிருந்தார் பூசாரி. அவரைப் பார்க்க ஹரிக்குப் பாவமாக இருந்தது. 'பாவம். சொந்தப் பையனே, ஊர் இவர நம்பி

ஒப்படைச்ச இடத்துல திருடிட்டான்னு தெரிஞ்சா மனுஷன் துடிச்சுப் போயிருவாரு' என்று நினைத்துக்கொண்டான்.

கேட்டுக்கு வெளியில் ஊர்த்தலைவர், சில ஊர்ப் பெரியவர்கள், பாலாவின் அப்பா எல்லாரும் நின்றுகொண்டிருந்தனர். பாலாவின் தந்தை முகத்தில் மகிழ்ச்சித் தாண்டவமாடியது. ஹரியையும் தன்னுடைய பையனாகவே நினைத்திருப்பார் போல!

பூஜை எல்லாம் முடித்துக் கேட்டைத் திறந்தார் பூசாரி. அவன் தலையில் திருநீறு வீசி, நெற்றியிலும் பூசிவிட்டார். பாலாவின் தந்தை வந்து ஹரியைக் கட்டிபிடித்தார்.

"ராத்திரி எல்லாம் தூக்கமே வரலப்பா. உன்ன இப்போ பாத்த அப்பறம்தான் நிம்மதியா இருக்கு. இந்தா இதுவேற ராததிரி முழுக்க அனத்திட்டு இருந்துச்சு" என்று தன் மகிழ்ச்சியை வெளிப்படுத்திக் கொண்டே ஹரியுடைய போனை அவனிடம் கொடுத்தார்.

போனைத் திறந்தவுடனே 'ப்ரொடக்ஷன் மானேஜர் நேற்று இரவு சாலை விபத்தில் இறந்துவிட்டார். அவர் தொடர்பான அனைத்து நிகழ்ச்சிகளும் ரத்து செய்யப்பட்டன' என்று மெயில் கண்டு அதிர்ச்சியடைந்தான்.

இதைச் சொல்வதற்கு நிமிரும் முன் ஒருவன் அலறியபடி ஓடிவந்தான். "தலைவர் அய்யா, பூசாரி அய்யா பையன் ஊர் எல்லை மரத்துல தூக்குல பொணமா தொங்கிட்டு இருக்காருய்யா!" என்று அனைவரைக்கும் கலவரமூட்டினான். எல்லாரும் அவன் பின்னால் ஊர் எல்லைக்கு ஓடினர்.

எதுவும் புரியாமல் நின்ற ஹரி, 'வேறு எதுவும் இருக்குமா?' என்று போனில் தேடினான். மணியிடமிருந்து பதினெட்டு மிஸ்ட் கால் வந்திருந்தது. பதறியபடியே அவனுக்கு அழைத்தான். மறுமுனையில் அழைப்புப் பதிலளிக்கப்பட்டது.

"ஹரி! டேய்! எவ்வளவு தடவடா கூப்புடுறது. நேத்து பாலா வேலை செஞ்ச ஹோட்டல்ல சிலிண்டர் வெடிச்சுருச்சுடா பாலா முகம் முழுக்க எரிஞ்சுபோச்சு. உடம்பெல்லாம் தீக்காயம். ஹாஸ்பிடல்ல அட்மிட் பண்ணிருக்கோம் சீக்கிரம் அவன் அப்பாவ கூட்டிட்டு வாடா" என்று ஊர்க்கதைக் கூறிய பாலா உயிரோடு மட்டும் இருக்கிறான் என்பதை அலறலோடு பதிவுசெய்தான் மணி.

ஐஅ

மனநோய்

"இங்க இருந்து குளத்தூருக்கு எப்படி அண்ணா போறது?" என்று நான் கேட்க, "அங்க போய் நில்லுங்க தம்பி கொஞ்சநேரத்துல 37ஏ வண்டி வரும்" என்று எதிரில் இருந்த பேருந்து நிலையத்தைக் காட்டினார் அந்தத் தேநீர்க்கடைக்காரர்.

பேருந்து நிலையம் வெறிச்சோடி இருந்தது. தூசு படர்ந்த அமரும் கற்களில் லேசாக மாசடைந்திருந்த கல்லை, சிறிது துடைத்துவிட்டு அமர்ந்தேன். இந்த மாதிரி தனிமையான இடங்களில் இசை சிறந்தக் கொடைதான் என்று செவிக்குச் சிறிது இசை ஊட்டிக்கொண்டே அமர்ந்திருந்தேன்.

நான் ஒரு இளம் அறிவியல் - உளவியல் மாணவன். இரண்டு அண்ணன்களுக்குப் பிறகு பிறந்த கடைக்குட்டி என்பதால், நான் என்ன செய்தாலும், என்ன படித்தாலும் எல்லோரும் அதை ஆமோதிக்கவே செய்தனர். படிப்பது மட்டும் இல்லாமல் மற்ற மனிதர்களிடம் வெகுவிரைவாக என்னை நானே பழக்கப் படுத்திக்கொள்ளும் திறமை இருந்ததால் பேராசிரியர்களின் செல்லப்பிள்ளை ஆனேன். முக்கியமாகத் துறைத் தலைவருக்கு என்னை மிகவும் பிடிக்குமாதலால் துறை முழுவதும் நான் பிரபலம். அவர்தான் என்னை இப்பொழுது குளத்தூர் கிராமத்துக்குச் சென்று அவருடைய நண்பரான ஒரு பிரபல மனோதத்துவ நிபுணரிடம் முக்கியமானச் சிலக் கோப்புகளை வாங்கிவர அனுப்பியுள்ளார்.

கண்மூடி இசையில் மூழ்கியிருந்த எனக்கு அருகில் யாரோ இருப்பதுபோல தோன்றவும் திடுக்கிட்டுக் கண்விழித்துப் பார்த்தேன். எனக்குச் சற்றுத் தள்ளி கையில் பிரயாணப் பைகளுடன் ஒரு பெண் அமர்ந்திருந்தாள். வயது இருபதிலிருந்து இருபத்தி மூன்றுக்குள் இருக்கும்போல் இருந்தது.

“மணி எத்தனை?” என்று என்னைப் பார்த்துக் கேட்டாள். “9.30 ஆகிடுச்சுங்க” என்று நான் சொல்ல, “ஊருக்குப் புதுசா” என்று சரியாக ஒரு கேள்வியை என்னை நோக்கித் தொடுத்தாள்.

“எப்படி சரியா கண்டுபுடிச்சிங்க?” என நான் கேட்க, “எங்க ஊர் பசங்க இப்படியெல்லாம் இருக்கமாட்டாங்க” என்று என் உடைகளைச் சுட்டிக்காட்டினாள். ‘நல்ல கணிப்புதான்’ என்று முணுமுணுத்துக்கொண்டேன்.

“படிக்குறதுக்காக வெளியூர்ப் போறீங்களா?” என்று வழக்கமாக மற்றவர்களுடன் பழகும் என்னுடைய ஆராய்ச்சியை முன்னெடுத்தேன். “இல்லை, நான் ஒருத்தரக் காதலிக்கிறேன். வீட்டுல ஒத்துக்கல. அதுனால அவர்கூட இந்த ஊரைவிட்டுப் போகப்போறேன்” என்று அவள் கொடுத்தப் பதில் என்னைச் சிறிது தடுமாறத்தான் வைத்தது.

“இப்படிச் சொல்றனேன்னு தப்பா எடுத்துக்காதீங்க. வீட்ல கொஞ்சநாள் பேசிப் பாத்துருக்கலாமே?” என்று நான் சொல்ல, “சொல்லிருக்கமாட்டேன்னு நெனைக்குரிங்களா? அதெல்லாம் புரிஞ்சுக்குற மனநிலைல அவுங்க இல்லை. அது பெரிய கதை, உங்களுக்குப் புரியாது விடுங்க” என்று வேகமாகச் சொல்லிவிட்டு அமைதியானாள் அந்தப் பெண்.

காயப்படுத்திவிட்டோமோ என்ற குற்ற உணர்ச்சியுடன், இவள் கதை கிராமத்து மக்களின் மனஉணர்வுகளைப் புரிந்துகொள்ள உதவும் என்று தோன்றியதால் மீண்டும் பேசத்தொடங்கினேன். “மன்னிச்சிடுங்க! ஏதோ ஒரு ஆர்வத்துலப் பேசிட்டேன். நீங்க என்ன ஒரு தம்பியா நெனச்சு எல்லாமே சொல்லலாம். அதிகமா ஏதாவது பேசியிருந்தா மன்னிச்சுக்கோங்க” என்று நான் சொன்னபிறகு அவள் முகத்தில் ஒரு சிறு உணர்ச்சி இழையோடி மறைந்தது.

“எனக்கும் ஒரு தம்பி இருக்கான், முரடன். என்னோட அப்பா இந்த மாவட்டத்தோட ஒரு சாதித்தலைவர். எனக்குச் சின்ன வயசுல இருந்தே அவரோட கொள்கை, செயல்கள்மேல உடன்பாடு இல்ல அதபத்தி அவரும் கண்டுக்கல. அவருக்கு அப்பறம் என்னோட

திருமாறன் இராதாகிருஷ்ணன் | 111

தம்பிய அவரோட பதவிக்குக் கொண்டுவர சின்னவயசுல இருந்தே அவனையும் அவர மாதிரியே வளத்தார். இதெல்லாம் புடிக்காம நான் வெளியூருக்குப் படிக்கப்போய்ட்டேன். அங்க ஒருத்தரச் சந்திச்சன். ரெண்டுபேருக்கும் புடிச்சது. நல்லா படிச்சு நல்ல வேலைக்குப் போனோம். கல்யாணம் செஞ்சுக்கலாம்னு ஆசைப்பட்டு வீட்டுலச் சொன்னோம். ரெண்டுபக்கமுமே எதிர்ப்புதான். ஆனாலும் என் பக்கம் ரொம்ப அதிகமாவே எதிர்ப்பு வரவும்தான் இப்படி ஒரு முடிவெடுத்தோம்" என்று அவள் சொல்லி முடிக்கும்போது சாதியின் பெயரால் பலர் இப்படித்தான் சிக்கலான முடிவுகளை எடுக்க நிர்பந்திக்கப்படுகிறார்கள் போலும் என்று எனக்குத் தோன்றியது.

"நீங்க கவலைப்படாதீங்க அக்கா! எல்லாம் நல்லபடியா நடக்கும். ஒரு தம்பியா நீங்க நல்லா இருக்கணும்னு நான் மனசாரச் சொல்றேன்" என்று நான் சொல்லியபோது அவள் கண்களில் தோன்றிய அந்த உணர்வு எனக்கு மனநிறைவை அளித்தது. சில நிமிடங்களிலேயே நான் போகவேண்டிய பேருந்து வந்தது. அவளுக்குக் கைக்கொடுத்து வாழ்த்திவிட்டுப் பேருந்தில் ஏறி அமர்ந்தேன்.

குளத்தூர் சென்று அந்த மனோதத்துவ நிபுணரின் வீட்டைத் தேடி அடைந்தபோது மதியம் ஆகிவிட்டது. அவருடைய நண்பர் ஏற்கெனவே என்னைப் பற்றிச் சொல்லியிருந்ததால் எளிதில் என்னை கண்டுகொண்டு வீட்டிற்குள் அழைத்து உபசரித்தார். மதியம் சாப்பிட்டபின் சகஜமாக என் துறைத் தலைவருடன் சேர்ந்து கல்லூரி காலங்களில் செய்த சேட்டைகளைச் சொல்லிச் சிரித்துப் பேசினார். பின்னர், நான் வாங்கிச்செல்ல வந்த கோப்புகளை எடுத்துவந்து என்னிடம் கொடுத்தார். நான் திரும்பிச் செல்வதற்கானப் பேருந்து வருவதற்கு நேரம் இருந்ததால் என்னை இன்னும் சிறிதுநேரம் இருக்கச் சொன்னார்.

மேலும், சிறிதுநேரம் பேசிக்கொண்டிருக்கும்போது பேச்சு எங்கள் துறை ரீதியாக சென்றது. பல அரிய தகவல்களை அவர் எளிதாகச் சொல்லிக்கொண்டிருந்தார். கடைசியாக அவரிடம் ஏதாவது கேட்கவேண்டியது இருந்தால் கேட்கலாம் என்றுகூறி நிறுத்தினார். என்ன கேட்பது என்று யோசித்தபொழுது எனக்கு அந்தக் கோப்புகளின் நினைவு வந்தது.

"எனக்கு நீங்க கொடுத்த இந்தக் கோப்புகள்ல என்ன சார் இருக்கு?" என்று கேட்க சிறிது யோசித்தார். "எப்படியும் உங்க

வாத்தியார் பாடம் நடத்ததான் இதை என்கிட்ட கேட்டுருப்பாரு. இருந்தாலும் உனக்கு நானே சொல்றேன்” என்று சொல்லத் துவங்கினார்.

“ஆண்டரோகிரேட் அம்னீஷியா அப்படின்னு ஒரு விதமான மறதி நோய் இருக்கு. இந்த மறதி உள்ளவங்களால புதுசா எந்த ஒரு விஷயத்தையும் நினைவுல வச்சுக்க முடியாது. ஏற்கெனவே அவுங்க மனசுல என்ன நினைவுகள் இருக்கோ அதுமட்டும்தான் கடைசிவரை அவுங்களை இயக்கும். இந்த மாதிரி ஒரு நோய் இங்க பக்கத்து ஊர்ல ஒரு பொண்ணுக்கு இருக்கு.

பக்கத்து ஊருல ஒரு பெரிய சாதிக்கட்சித் தலைவர் இருந்தாரு. ஒரு ரெண்டு வருஷங்களுக்கு முன்னாடி அவர் பொண்ணு வேற ஒரு சாதிக்காரப் பையன்கூட ஓடிப்போகப் போறான்னு தெரிஞ்சு, அவுங்களை அந்த ஊர் பேருந்து நிலையத்துல வச்சு மடக்கிட்டாங்க. அந்தத் தலைவரும் அவர் பையனும் சேர்ந்து அந்தப் பொண்ணோட காதலனை வெட்டிக் கொலை செஞ்சுட்டாங்க தடுக்கவந்த அந்தப் பொண்ணுக்கு தலைல பலமான காயம். அந்தப் பொண்ணு ரொம்பநாள் அப்பறம் கண்முழிச்சப்போ, அந்தச் சம்பவங்கள் எதுவுமே தெரியல. அவ காதலானோட ஊரவிட்டுப் போகணும்னு அவ கடைசியா நினைச்ச வரைக்கும்தான் அவளுக்கு நினைவு இருந்தது. புதுசா எந்த ஒரு விஷயமும் அந்தப் பொண்ணு நினைவுல பதிவாகல. ஒவ்வொருநாளும் அந்தப் பொண்ணு தன்னோட பை எல்லாம் எடுத்துக்கிட்டு அதே பேருந்து நிலையத்துக்குப் போய் அவளோட காதலனுக்காகச் சாயங்காலம் வரை காத்திருப்பா. கடந்த ரெண்டு வருஷங்களா இது நடக்குது” என்று அவர் சொல்லிமுடித்த பொழுது என் கால்கள் தரையில் இருந்து நழுவின.

ஃஃ

தலைதந்த ஈகையாளன்

1

"சொன்னால் புரிந்துகொள்ளுமய்யா, முன்னர்போல் இப்போது இல்லை. நீர் தேடிவந்தது குமண வள்ளலை, அவர் இப்போது இல்லை. தன் தம்பியிடம் அரசாட்சியை ஒப்படைத்துவிட்டுக் காட்டிற்குச் சென்றுவிட்டார்" என்று குமணரைத் தேடிவந்த புலவரைத் தடுத்துத் திரும்பிச் செல்லும்படி அறிவுறுத்தினான் வாயிற்காவலன் வீரசேனன்.

"நான் மிகவும் நலிந்த நிலையில் இருக்கிறேன். வெகுதூரத்தில் இருந்து பரிசில் கிடைக்கும் என்ற நம்பிக்கையில் இங்கு வந்திருக்கிறேன். குமணர் இல்லாவிட்டால் என்ன? இளங்குமணரிடம் பரிசில் பெற்றுக்கொள்கிறேன். தயவுசெய்து உள்ளே செல்ல அனுமதியுங்கள்" என்று வேண்டிநின்றார் புலவர் பெருந்தலைச்சாத்தனார்.

"உம் தலைவிதியை யாரால் மாற்றமுடியும்" என்று முணுமுணுத்தபடி அவரை உள்ளே செல்ல அனுமதித்தான் வீரசேனன்.

உள்ளே அரசவைக்கு வெளியில் அமரவைக்கப்பட்டார் பெருந்தலைச்சாத்தனார். பெரிய வாயில்களும், ரத்தினங்கள்

பதிக்கப்பெற்றத் தூண்களும், சிகப்புக் கம்பளங்கள் விரிக்கப்பட்டத் தரையுமாக இருந்த அரண்மனையை வியப்பு மேலிட சிறிதுநேரம் பார்த்துக்கொண்டிருந்தார். குமணனுக்காகத் தான் எழுதி எடுத்துவந்திருந்த பாடலில் இளங்குமணனுக்காக சில மாற்றங்கள் செய்துவிட்டு அழைப்பிற்காகக் காத்திருந்தார் புலவர்.

வெகுநேரக் காத்திருப்புக்குப் பின்னர், ஒரு காவலன் வந்து அவரை அரசவைக்கு வரும்படி அழைத்தான். தளர்ந்த ஆடைகளைச் சரிசெய்துவிட்டு கம்பீரமாக நடைபோட்டு அரசவைக்குள் நுழைந்தார் புலவர் பெருந்தலைச்சாத்தனார்.

அரியணையில் அமர்ந்திருந்த இளங்குமணன் புலவரைக் கண்டு எதுவும் புரியாதவன்போல தன் அருகில் இருந்த நண்பனை நோக்கினான்.

"யாரோ புலவனாம், உங்களைப் பற்றி பாடல் இயற்றிப் பரிசில் பெற வந்திருக்கிறானாம். இவர்களைப் போன்ற பிச்சைக்காரர்களுக்குக் கொடுத்துக்கொடுத்துதான் இந்த நாட்டின் செல்வங்கள் பலவற்றைத் தங்கள் அண்ணன் வீணாக்கினார்" என்று இளங்குமணன் காதில் ஓதினான் இளங்குமணனின் நண்பன்.

அவன் கூறியவற்றைக் கேட்டு கோபம்கொண்ட இளங்குமணன், தலைவணங்கி பாடல் பாடத்தயாரானப் புலவரைக் கைநீட்டித் தடுத்தான். "வெற்று ஆடல்களுக்கும் பாடல்களுக்கும் பரிசில் தரும் வழக்கம் என் அண்ணனோடு ஒழிந்துபோனது. உம் பாடல்களை எடுத்துக்கொண்டு நீர் இங்கிருந்து போகலாம்" என்று கடுமையாகக் கூறினான்.

"ஐயா! வள்ளல் குமணனின் கொடைத்திறத்தை நம்பியே வெகுதூரம் பயணம் செய்து இந்த முதிரமலைக்கு வந்தேன். தங்கள் அண்ணன் இல்லாவிட்டால் என்ன, தாங்கள் என் பாடலுக்கேற்றப் பரிசில் கொடுக்கலாமே பிரபு" என்று வணங்கி நின்றார் புலவர்.

அண்ணனின் கொடைத்திறத்தைப் பற்றி மீண்டும் நினைவுறுத்தப்பட்டதில் எரிச்சலடைந்த இளங்குமணன், "ஒன்றுக்கும் ஆகாத பாட்டுக்கெல்லாம் பரிசில் தரமுடியாது. எனக்குத் தேவையான எதையாவது கொண்டு வா, அப்பொழுது பரிசில் தருகிறேன். யாரங்கே? இந்தப் புலவனைத் தூக்கி வெளியில் வீசுங்கள்" என்று இரைந்து கட்டளையிட்டான்.

இரண்டு காவலர்கள் புலவரை வெளியே இழுத்துச் சென்றனர். புலவரைத் தள்ளிவிட இருந்த அந்தக் காவலர்களைத் தடுத்து

புலவரின் கைகளைப் பிடித்து வெளியே அழைத்துச் சென்றான் வாயிற்காவலன் வீரசேனன்.

"நான்தான் முன்னரே எச்சரித்தேனே புலவரே, உள்ளேபோய் இப்படி அவமானப்பட்டு வந்து நிற்கிறீர்" என்று புலவரிடம் பரிவு காட்டினான் வீரசேனன்.

"இப்படி நடக்கும் என்று நான் எங்குமே கேள்விப்பட்டதில்லை. உன் வறுமை தீரவேண்டுமானால் முதிரமலைக்குப் போ, அங்கே குமணன் உனக்கு, தலைமுறைகளுக்கும் அழியாத செல்வம் கொடுத்து ஆதரிப்பான் என்று பெரும்புலவர் பெருஞ்சித்திரனார்தான் என்னை இங்கே ஆற்றுப்படுத்தினார்" என்று புலம்பினார் புலவர் பெருந்தலைச்சாத்தனார்.

"அந்த மனிதர் செய்த வேலைதானா இது? அவர் வந்து சென்றபின் இங்கே நிறைய அரசியல் மாறுதல்கள் நிகழ்ந்துவிட்டன. அதெல்லாம் பெரிய கதை, இன்று சொல்லி மாளாது. நீங்கள் வேறு யாராவது வள்ளலைப் பார்த்து உங்கள் வறுமையைப் போக்கிக் கொள்ளுங்கள். வழிச்செலவுக்கு இதை வைத்துக்கொள்ளுங்கள்" என்று அவர் கைகளில் சில தங்க நாணயங்களைத் திணித்தான் வீரசேனன்.

"பரிசில் பெறாததுகூட பெரிய வருத்தமில்லையப்பா, குமணனுக்கு வாயிற்காவலனாக இருக்கும் உன்னிடம் இருக்கும் ஈகை குணம்கூட குமணனின் தம்பியிடம் இல்லாததுதான் வருத்தம். ஒருமுறையேனும் குமணனைச் சந்தித்தால்கூட என் மனம் அமைதியடையும்" என்று பெருமூச்சுவிட்டார் புலவர்.

"உமக்கு நிச்சயம் குமணரைச் சந்திக்கவேண்டுமா?" என்று மெல்லியக் குரலில் கேட்டான் வீரசேனன்.

"முடியுமா?" என்று ஆர்வமாகக் கேட்டார் புலவர்.

"குமணர் வெகுதூரம் சென்றுவிடவில்லை. தன் நாட்டைப் பிரிய மனமில்லாமல் முதிரமலை எல்லையில் உள்ள காடுகளில் இருப்பதாக மக்கள் பேசிக்கொள்கிறார்கள். ரகசியமாகச் சென்றால் அவரைத் தரிசிக்கலாம். புலவர் என்பதால் மட்டுமே இதை உம்மிடம் சொல்கிறேன்" என்று கூறிவிட்டுப் புலவரை அருகிலிருந்த மரத்தடியில் அமரும்படி செய்தான் வீரசேனன். அரண்மனைக் காவலன் ஒருவனை அழைத்து அவன் காதில் ஏதோ சொல்லி அனுப்பிவைத்தான். சிறிதுநேரத்தில் அவன் ஒரு இளைஞனுடன் அங்கு வந்து சேர்ந்தான்.

"ஐயா, இவன் என் மகன் ஆதித்தன். நீங்கள் செல்ல விரும்பும் இடத்திற்கு, இவன் தங்களை அழைத்துச் செல்வான்" என்று கூறிவிட்டு தன் மகனைத் தனியாக அழைத்து அறிவுரைகள் அளித்து அனுப்பினான் வீரசேனன்.

"ஐயா, என்னோடு வாருங்கள்" என்று புலவரை அழைத்துச்சென்ற ஆதித்தன் அவரை அன்னசத்திரத்தில் சாப்பிடச் சொன்னான். அவர் சாப்பிட்டுக் கொண்டிருக்கும்போதே இரண்டு குதிரைகளைக் கொண்டுவந்தவன், புலவர் சாப்பிட்டு முடித்தவுடன் அவரை ஒரு குதிரையில் ஏறித் தன்னைப் பின்தொடர்ந்து வரும்படி கூறினான்.

"தம்பி, குமணர் இருக்கும் இடம் உனக்குத் தெரியுமா?" என்று முன்னே சென்றுகொண்டிருந்த ஆதித்தனிடம் புலவர் கேட்டார். குதிரையைத் திடீரென நிறுத்தியவன் புலவரை முன்னே வரவிட்டு, "குதிரையில் அமர்ந்துகொண்டு தெருவில் இப்படி இரைந்து பேசாதீர் புலவரே. நாம் அவரைத்தான் சந்திக்கப் போகிறோம் என்று யாருக்கும் தெரியாமல் சென்று வருவதே நல்லது" என்று எச்சரித்தான் ஆதித்தன்.

"ஒரு நாட்டின் அரசராக இருந்தவரைச் சந்திப்பதையே இவ்வளவு ரகசியமாகச் செய்யவேண்டிய அவசியம் என்ன?" என்று புலவர் வியந்தபடி மெதுவாகக் கேட்டார்.

"புலவர் பெருஞ்சித்திரனார் தங்களிடம் என்ன சொல்லி அனுப்பினாரோ எனக்குத் தெரியாது. ஆனால், அவர் வந்துசென்ற பின்பு இங்கு எவ்வளவோ நிலைமை மாறிவிட்டது. குமணரைப் பிடிக்காத சிலர் அவர் தொடர்ந்து கொடை அளித்தால் நாட்டின் அனைத்து வளங்களும் காணாமல் போய்விடும் என்று அவரது தம்பியையே அவருக்கு எதிராகத் திருப்பினர். முன்பின் அறியாதவருக்கே வாரி வழங்கிய அந்த வள்ளல், தனது தம்பிக்கு அவர் விரும்புவதைக் கொடுக்காமலா போவார்? தனக்கு வாரிசு இல்லாததால் எப்படியும் தனக்குப்பின் தன் தம்பிதானே நாட்டை ஆளவேண்டும் என்று தம்பியிடமே நாட்டை ஒப்படைத்துவிட்டு காட்டிற்குச் சென்றுவிட்டார்" என்று ஆதித்தன் சொல்லிக் கொண்டிருக்கும்போதே அவர்களுக்கு முன்னால் ஏதோ சலசலப்பு மிகுந்தது. புலவரை அங்கேயே நிறுத்திவிட்டு என்னவென்று விசாரிக்க ஆதித்தன் சென்றான்.

திரும்பி வந்தவன், "தானிய வணிகர் முத்துவடிவு மாளிகைக்கு சுண்ணம் அடித்துக்கொண்டிருந்த வண்ணமதியன், சாரம் அவிழ்ந்து

கீழே விழுந்துவிட்டானாம். குமணர் இருந்தபோது அரண்மனை முழுவதும் ஓவியங்கள் தீட்டிப் பெரும்பரிசு பெற்று வாழ்ந்தவன். இப்பொழுது இதுபோல் சுண்ணம் அடித்துக் கீழே விழுந்து எலும்புகளை முறித்துக்கொண்டு வாழ்கிறான்" என்று பெருமூச்சுவிட்டபடி தன் குதிரையை முன்னே ஓட்டினான் ஆதித்தன்.

2

தொடர்ந்து பயணிக்க முடியாத அளவுக்கு இருள்சூழும் நேரத்தில் முதிரமலை எல்லையில் குமணர் மறைந்து வாழ்வதாக கருதப்படும் காட்டை ஆதித்தனும் புலவரும் வந்தடைந்தனர். அந்தக் காடு ஆதித்தனுக்கு ஏற்கெனவே சிறிது பழக்கம் உடையதாகவே இருந்தது. தங்குவதற்கு ஏற்ற இடத்தை மனதில் கணக்குப் போட்டபடியே புலவரைக் காட்டுவழிகளில் அழைத்துச் சென்றான்.

அண்டைநாட்டிற்குச் செல்லும் முக்கியச் சாலையிலிருந்து பிரிந்து காட்டிற்குள் செல்லும் ஒற்றையடிப் பாதையில் குதிரைகளை இருவரும் ஓட்டிச்சென்றனர். “இன்னும் சிறிதுதூரம் சென்றால் நாம் இன்று இரவு தங்கவேண்டிய இடம் வந்துவிடும். நாம் தங்கப்போகும் இடத்திற்கு மேற்கே சிறிதுதூரம் சென்றால் வேட்டைக்காரர்களின் கிராமம் ஒன்று இருக்கிறது. அவர்களை நாம் சந்திக்காமல் இருப்பதே நல்லது. குமணரைத் தேடி நாம் வந்திருக்கிறோம் என்று தெரிந்தால் நம்மைக் காட்டிற்குள் விடவே மாட்டார்கள்” என்று தனது திட்டத்தைப் புலவருக்கு விளக்கினான் ஆதித்தன்.

சிறிது தூரத்தில் ஒரு பழையக் கோவிலும் மண்டபமும் அவர்கள் கண்களில் தென்பட்டன. அருகில் சென்று குதிரைகளை மரத்தில் கட்டிவிட்டுப் புலவரை உறங்கும்படி கூறினான். அவர் உறங்கும்போது, தான் காவல் காப்பதாகவும், அவனுக்குத் உறக்கம் வரும்போது புலவரை எழுப்பிவிட்டு தான் உறங்குவதாகவும் கூறினான். பாதி சாமத்திற்குமேல் புலவரை எழுப்பிவிட்டு அவன் தூங்கினான்.

சிறிதுநேரத்திலேயே வயிற்றில் ஏதோ இடிப்பதுபோல இருக்கவும் கண்விழித்தான். வேல்கம்பின் பின்பக்க முனையை ஆதித்தனின் வயிற்றோடு அணைத்து நீட்டியபடி அவன்முன் ஒருவன் நின்றான். அவனுக்குப் பின்னால் புலவரை வேல்முனையில்

இருவர் சிறைபிடித்திருந்தனர். தன்முன்னே நின்றவனின் வேல்கம்பை லாவகமாகத் தட்டிவிட்டு அவன்மீது பாய்ந்தான் ஆதித்தன். கட்டிப்புரண்டு கொண்டிருக்கும்போதே அவன் தலையில் பலமான ஒரு அடி விழ, மயங்கி சரிந்தான்.

ஆதித்தன் திரும்ப கண்விழித்தபோது பொழுது நன்றாக விடிந்திருந்தது. அடர்ந்த காடாக இருந்ததால் சூரியன் கிழக்கே வெகுதூரம் மேலெழும்பியும் வெளிச்சம் மரங்களை ஊடுருவி கீழே விழவில்லை. நன்கு நிழல் பரப்பியிருந்த ஒரு வேப்பமரத் தூரில் அவன் கட்டப்பட்டிருந்தான். எதிரிலிருந்த மற்றொரு மரத்தின் அடியில் தலைகவிழ்ந்து புலவர் அமர்ந்திருந்தார். காவலுக்கு நின்ற இருவரையும் சண்டைக்கு வரும்படி அறைகூவல் விடுத்தான் ஆதித்தன். அவர்கள் முகத்தில் எந்த மாறுதலும் காட்டாமல் அப்படியே நின்றனர். வெகுநேரம் ஆதித்தன் கண்டபடி பேசியும் அவர்கள் இருவரும் காவல் காப்பதிலேயே கண்ணும் கருத்துமாக இருந்தனர்.

உச்சியில் வெயில் ஏறியிருந்த நேரத்தில் நான்கு இளைஞர்கள் சூழ நடுநாயகமாக ஒருவர் அங்கே வந்து சேர்ந்தார். வந்ததும் காவலுக்கு இருந்த இருவரின் தோள்களைத் தட்டிக்கொடுத்தவர் நேராக ஆதித்தனிடம் வந்தார்.

"மனிதர்களைக் கட்டிப்போட்டுத் திருடும் கள்வர் தலைவனைப் பற்றி இப்பொழுதுதான் முதல்முறையாகக் கேள்விப்படுகிறேன்" என்று சொல்லிக்கொண்டே கயிறுகளில் இருந்து விடுபடத் திமிறினான் ஆதித்தன்.

"நாங்கள் கள்வர்களாய் இருந்திருந்தால் ஒன்றுமில்லாத உங்களை எப்பொழுதோ கோபத்தில் கொன்றிருப்போம்" என்று கூறிவிட்டு ஒரு முட்டியை மடித்து ஆதித்தன் முன் இறங்கி நின்றான் அந்தக் கூட்டத்தின் தலைவன்.

"அப்படியானால் அவிழ்த்துவிடு. நாங்கள் வேறு வேலையாக வந்தவர்கள், எங்களிடம் இருந்து பெற்றுக்கொள்ள ஒன்றும் இல்லை."

"அந்த வேலை என்னவென்றுதான் எனக்குத் தெரியவேண்டும். எங்களுக்குச் சம்பந்தமில்லாத வேலையாயிருந்தால் நீங்கள் தாராளமாகச் செல்லலாம்."

"கட்டிவைத்து விசாரணை நடத்தும் கோழைகளுக்கெல்லாம் பதில் சொல்லவேண்டிய அவசியம் எனக்கு இல்லை" என்று

ஆதித்தன் சொல்லிமுடிக்கவும் காவலுக்கு நின்றவர்களுள் ஒருவன் மெல்ல முன்னே வந்து ஆதித்தன் வயிற்றில் ஓங்கி ஒரு குத்துவிட்டான்.

கண்களில் நெருப்புப் பறக்க அவனைப் பார்த்த ஆதித்தன், "நீ இந்தக் காட்டிலுள்ள வேட்டைக்காரர்கள் கூட்டத்தைச் சேர்ந்த இளைஞன் என்று எனக்குத் தெரியும். எங்கள் ஊர்ப் பெண்களிடம் கிளிகளை விற்க வரும்போது உன்னை நான் பார்த்திருக்கிறேன். உன் கூட்டத்தாருக்கு அவப்பெயர் ஏற்படுத்தும்படி நடந்துகொள்ளாதே, என்னை அவிழ்த்துவிடு" என்று அவனையே பார்த்துக் கொண்டிருந்தான்.

"எங்களில் ஒருவனை அடையாளம் கண்டுகொண்ட ஒரு காரணமே உன்னைக் கொல்வதற்குப் போதுமானது. ஆனாலும், விசாரிக்காமல் தண்டனை அளிக்கும் வழக்கம் எங்களிடம் இல்லை. நீ இளங்குமணனின் ஒற்றன் இல்லையென்று நிரூபி, நீ வந்த காரியத்தைக் கூறு, விட்டுவிடுகிறேன்."

எதற்கும் அசைந்துகொடுக்காமல் கோபமாகப் பேசி மேலும் சில அடிகள் வாங்கினான் ஆதித்தன். இதற்குமேல் பொறுக்க முடியாமல், "அவனை விடுங்கள், நான் சொல்கிறேன்" என்று அலறினார் புலவர். பின், அவர் அரண்மனைக்குச் சென்றது முதல் முந்தைய நாள் இரவு கோவில் மண்டபத்திற்கு வந்துசேர்ந்த வரை ஒன்றுவிடாமல் கூறி முடித்தார்.

முழுவதும் கேட்டுமுடித்த அந்தக் கூட்டத்தின் தலைவன் தானே சென்று புலவரின் கட்டுகளை அவிழ்த்துவிட்டார். பின்னர், புலவரிடம் மிகவும் மனம் வருந்தி மன்னிப்பும் கோரினார். ஆதித்தனின் கட்டுகளும் அவிழ்த்துவிடப்பட்டன.

"என் பெயர் முடியன். குமணரின் மெய்க்காவல் படையின் தலைவனாக இருந்தவன். அவர் அரசாட்சியைத் துறந்து காடு வந்ததும் நானும் அவரைப் பின்தொடர்ந்து வந்துவிட்டேன். ஆனால், அவர் என்னைத் தன்னோடு சேர்த்துக்கொள்ளவில்லை. மக்களோடு சென்று வாழ் என்று கட்டளையிட்டார். அவர் இல்லாத நாட்டிற்குச் செல்ல விரும்பாமல் நான் இங்குள்ள வேட்டைக்காரர்களோடு குடியமர்ந்துவிட்டேன்" என்று தன்விளக்கம் அளித்து மீண்டும் புலவரிடம் மன்னிப்புக் கோரினான் முடியன்.

"மன்னிப்பெல்லாம் எதற்கப்பா? நீ உன் கடமையையே செய்தாய். உன் போன்ற விசுவாசிகளைப் பெறுவதற்கு குமணர்

கொடுத்துவைத்திருக்க வேண்டும். நடந்தது இருக்கட்டும், நாங்கள் குமணரைச் சந்திக்க நீ உதவவேண்டுமப்பா."

"மன்னிக்க வேண்டும் புலவர் பெருமகனாரே! அது என்னால் முடியாது. தயவுசெய்து நீங்கள் இங்கிருந்து திரும்பிச்செல்ல வேண்டும். அரசரை யாரும் சந்திக்கவிடாமல் தடுப்பதே என் பணி. அதில் என்னால் தவற இயலாது" என்று பணிவாக மறுத்தார் முடியன்.

குமணரைச் சந்தித்தால் மட்டும் போதும். அவரைச் சந்தித்தவுடனேயே திரும்புவதாகவும் புலவர், முடியனை சமாதானம் செய்தார். அவர்களிடம் இருந்த ஆயுதங்களை மட்டும் பறிமுதல் செய்துவிட்டு அவர்கள் இருவரும் தொடர்ந்து செல்ல அரைமனதோடு சம்மதித்தார் முடியன்.

3

நாட்டில் இருந்து கிளம்பி இன்றோடு மூன்று நாட்கள் ஆகிவிட்டன. காடு முழுவதும் அலைந்து திரிந்தும் குமணரைக் காணமுடியவில்லை. இரவின் குளிரைச் சமாளிக்கச் சுள்ளிகளால் தீ மூட்டிக்கொண்டிருந்தான் ஆதித்தன். மாலைநேர சூரியன் மேற்கில் இறங்குவதைப் பார்த்தபடி, குமணரின் அரசாட்சித் துறவைப் பற்றி கவிதை இயற்றிக்கொண்டிருந்தார் புலவர். இருள் சூழ்ந்ததும் ஆதித்தன் தீமூட்டுவதை வேடிக்கைப் பார்த்துக்கொண்டிருந்தார்.

'யாரென்றே தெரியாத நமக்காக இவ்வளவு சிரமப்படும் இந்த இளைஞனை இனியும் வேலை வாங்குவது முறையல்ல. நாளை ஒருநாள் தேடிக் குமணரை சந்தித்தால் சரி, இல்லையென்றால் திரும்ப வேண்டியதுதான்' என்று மனதுள் முடிவு செய்துகொண்டார் புலவர். நெருப்பில் சுட்ட முயல்கறியைக் கொடுத்துப் புலவரின் சிந்தனையைக் களைத்தான் ஆதித்தன்.

நடு இரவில் பெரும் ஊளை சத்தம்கேட்டுத் திடுக்கிட்டு எழுந்தார் புலவர். கையில் நெருப்புடன் ஒரு விறகுக்கட்டையை எடுத்துக் காற்றில் வீசிக்கொண்டிருந்தான் ஆதித்தன். அவனுக்கு முன்னால் செந்நாய் ஒன்று முன்னும் பின்னுமாகத் தாவிக் கொண்டிருந்தது. எரிந்துகொண்டிருந்த விறகுகளில் ஒன்றை எடுத்துப் புலவர் கையில் கொடுத்தான். "முயல்கறி வாசத்திற்குக் காட்டுவிலங்குகள் இங்கே வந்துகொண்டிருக்கின்றன" என்று செந்நாயின் மீதிருந்து கண்ணை எடுக்காமல் கூறினான் ஆதித்தன்.

பக்கவாட்டில் இருந்து புலவர்மேல் பாயத் தயாராக இருந்த ஒரு நரி 'வீல் வீல்' எனக் கத்திக்கொண்டு புதரில் இருந்து வெளியேறி எதிர்த்திசையில் ஓடியது. கையில் கவணுடன் மரத்தில் இருந்து குதித்து இறங்கினான் முந்தயநாள் இருவரையும் சிறைவைத்து காவலுக்கு நின்ற இளைஞன்! மரத்தின் பின்புறத்தில் மறைத்துவைத்திருந்த வேல்கம்பை எடுத்து தானும் ஒருபக்கம் நின்று விலங்குகளைச் சமாளித்தான் அந்த இளைஞன்.

"ஆயுதங்களை பறிமுதல் செய்த பின்னும் எங்களை வேவுபார்க்க உன்னை அனுப்பினாரா உங்கள் முடியன்?" என்று கத்தினான் ஆதித்தன்.

"ஆயுதங்கள் இல்லாமல் காட்டிற்குள் சென்றிருக்கும் அப்பாவிகளுக்கு எதுவும் நேராமல் பார்த்துக்கொள் என்று முடியன் என்னை அனுப்பி வைத்தார். அவருக்குக் கொடுத்த வாக்கிற்காகவே உங்களைக் காப்பாற்ற வந்தேன். அவரைப் பற்றி இன்னொரு வார்த்தைக் குறைவாகப் பேசினால் இருவரையும் சாகவிட்டுவிட்டு என்வழியே சென்றுவிடுவேன்" என்றுகூறி ஆதித்தனை முறைத்துப் பார்த்துவிட்டு வேல்கம்பை முன்னோக்கி சுழற்றினான் அந்த இளைஞன்.

எவ்வளவு போராடியும் காட்டுவிலங்குகள் வந்து குவிந்தவண்ணமே இருந்தன. இதற்கும் மேல் போராட முடியாது என்று மூவரும் எண்ணியபோது காடே அதிரும்படி பெரிதாக ஒரு பிளிறல் சத்தம் கேட்டது.

அவர்கள் மூவருக்கும் நேரெதிராக காட்டுயானை ஒன்று பிளிறியபடி காட்டுவிலங்குகளை எல்லாம் மிதித்து நசுக்கியபடி ஓடிவந்தது. பயந்துபோன மற்ற காட்டுவிலங்குகள் எல்லாம் இவர்கள் மூவரையும் கைவிட்டு ஓட்டம் பிடித்தன. 'கூட்டத்தில் இருந்து பிரிந்த ஒற்றைக் காட்டுயானை ஆயிரம் கொடிய காட்டு விலங்குகளுக்குச் சமம். இன்றோடு நம் கதை முடிந்தது' என்று எண்ணியபடி தப்பிச்செல்லும் எண்ணமில்லாமல் அப்படியே கண்களை இறுக மூடியபடி மூவரும் அங்கேயே நின்றனர்.

காற்றில் மிக இதமாக குழலிசை தவழ்ந்து வந்தது. இறந்து சொர்க்கத்திற்கு வந்துவிட்டோம் போலும் என்று எண்ணியபடி மெல்லக் கண்களைத் திறந்தார் புலவர். அவருக்கு எதிரே யானையும் அதற்கு முன்னால் மான்தோல் ஆடையணிந்து கையில் மூங்கில் குழலுடன் ஒரு வசீகரமான மனிதனும் நின்றுகொண்டிருந்தனர். புலவருக்கு இருபக்கங்களிலும் நின்றிருந்த ஆதித்தனும் அந்த

வேட்டைக்கார இளைஞனும் நெடுஞ்சாண்கிடையாக அந்த மனிதரின் கால்களில் விழுந்துகிடந்தனர்.

"தங்களை மீண்டும் இந்தப் பிறவியில் சந்திக்க இயலாது என்றே நினைத்திருந்தேன். இப்பொழுதே பிறவிப்பலனை அடைந்ததுபோல உணர்கிறேன் பிரபு" என்று கண்களில் நீர்வடிய அந்த மனிதரின் கால்களைப் பிடித்து அழுதுகொண்டிருந்தான் ஆதித்தன்.

"என்னப்பா நீங்கள் சிறுகுழந்தைகள் போல..." என்று இருவரையும் தூக்கி நிறுத்தினார் அந்த மனிதர். தன் எதிரே நிற்பவர்தான் குமணர் என்பதை அறிந்ததும் அதிர்ச்சியில் வாயடைத்துப்போய் நின்றார் புலவர். நாட்டை இழந்து கோபமாகத் திரியும் ஒருவரைச் சந்திக்கப்போவதாகவே புலவர் எண்ணியிருந்தார். முகத்தில் புன்னகையுடன் கவலையின் ரேகை சிறிதும் இன்றி இவ்வளவு தெளிவாக வனவாசம் இருக்கும் மனிதரை எதிர்பார்க்காமல் சிலையாக நின்றார் புலவர்.

"இந்த நேரத்தில் அடர்ந்த காட்டுக்குள் மூவரும் என்ன செய்கிறீர்கள்? வழித்தவறி வந்துவிட்டீர்களா?" என்று வினவினார் குமணர்.

"அய்யா என் பெயர் ஆதித்தன். தங்கள் கோட்டையின் வாயிற்காவலர் வீரசேனனின் மகன். இவர் இந்தக் காட்டில் இருக்கும் வேட்டைக்காரர்கள் இனத்தைச் சேர்ந்த நண்பர். எங்களோடு வந்திருப்பவர் புலவர் பெருந்தலைச்சாத்தனார். வெகுதூரத்தில் இருந்து தங்களைச் சந்தித்து தம் வறுமையைப் போக்கிக்கொள்ள வேண்டி வந்தார். இவரைத் தங்களிடம் அழைத்துவரும் வழியிலேயே இப்படி ஆபத்தில் சிக்கிக்கொண்டோம்" என்று விளக்கினான் ஆதித்தன்.

இளைஞர்கள் இருவரையும் வாஞ்சையோடு கட்டியணைத்தார் குமணர். மூவரையும் தரையில் அமர்த்தி, தானும் அவர்களோடு அமர்ந்தார். புலவரின் கைகளில் உள்ள ஓலைச்சுவடிகளை உரிமையோடு வாங்கிப் பாடல்களை வாசித்தார்.

"தங்களுக்கு அளிப்பதற்கு 'எனக்கு' என்று சொந்தமாக எதுவும் இல்லையே..." என்று கண்ணீர்ச் சிந்தினார் குமணர். பதறியபடி அவர் கண்களைத் துடைத்துவிட்ட புலவர், "சற்றுமுன் தாங்கள் வராவிட்டால் தலைநசுங்கி இறந்திருப்போம். உயிரையே கொடுப்பதைவிட பெரிய கொடை என்ன இருக்கிறது" என்று தேற்றினார் புலவர்.

உயிர் என்ற வார்த்தையைக் கேட்டதும் குமணரின் கண்களில் மின்னல் வெட்டியது. "என் தலையைக் கொண்டுவருபவர்களுக்குப் பொற்காசுகள் பரிசளிப்பதாக என் தம்பி அறிவித்திருக்கிறான். என் தலையை நான் தங்களுக்குத் தானமாக அளிக்கிறேன். அதைக்கொண்டு தங்களின் வறுமையைப் போக்கிக்கொள்ளுங்கள்" என்று இடையிலிருந்த குறுவாளை எடுத்தார்.

சுதாரித்த மூவரும் பாய்ந்து குமணரின் கைகளைப் பற்றிக்கொண்டனர். "இதுபோன்ற விபரீதங்களைத் தடுப்பதற்காகவே முடியன் என்னை இங்கே அனுப்பிவைத்தார். இந்தக் கொடையை அளிக்க நான் தங்களை விடமாட்டேன் அய்யா" என்று தடுத்தான் அந்த வேட்டைக்கார இளைஞன்.

"வாக்களித்தக் கொடையை நான் என்றும் திரும்பப் பெறுவதில்லை. என் தலை இப்பொழுது புலவருக்கே சொந்தம். அதைத் தடுக்கும் உரிமை எவருக்கும் இல்லை" என்று உறுதியாகக் கூறினார் குமணர்.

"சரி, நான் இந்தக் கொடையை ஏற்றுக்கொள்கிறேன்" என்ற புலவரை இளைஞர்கள் இருவரும் அதிர்ச்சியுடன் நோக்கினர். "இப்படியொரு துரோகத்தைச் செய்வதற்கா உங்களை இங்கே அழைத்துவந்தேன்?" என்று அலறினான் ஆதித்தன்.

புலவர் எழுந்து நின்றார். "குமண வள்ளல் வாக்களித்தபடி அவரது தலை எனக்குச் சொந்தம். ஆனால், இப்பொழுது எனக்கு அவரது தலை வேண்டாம். நான் மீண்டும் இளங்குமணனிடம் சென்று வருவேன். அதுவரை எனக்குத் தானமாக அளித்த தலையை குமணவள்ளல் பத்திரமாகப் பார்த்துக்கொள்ள வேண்டும். நான் திரும்ப வந்ததும் தலையை எடுத்துக்கொள்வதா? அல்லது தலையில் மணிமகுடம் சூட்டுவதா? என்பது தானம் பெற்ற எனது விருப்பம். இதில் தங்களுக்குச் சம்மதம்தானே குமணரே?" என்றுகூறி நிறுத்தினார் புலவர்.

சம்மதம் என்பதாக தலையாட்டினார் குமணர். ஒன்றும் புரியாமல் அமர்ந்திருந்த இளைஞர்களுக்குத் தன்னை நம்பும்படி கண்களால் தைரியம் சொல்லிவிட்டு, 'தலை தந்த ஈகையாளனின்' புகழ் விளங்கும்படியான ஒரு பாடலுடன் இளங்குமணனின் அரசவை நோக்கி நடந்தார் புலவர் பெருந்தலைச்சாத்தனார்.

ഌஒ

நகர்வலம்

"கொள்ளையர்கள் என்றால் என்ன செய்வார்கள் சன்னா?" என்று புரியாமல் கேட்டார் இளவரசர் சித்தார்த்தர்.

"மக்கள் பணத்தை எடுத்துக்கொள்வார்கள் இளவரசே" என்று எளிமையாக விளக்க விரும்பினான் தேரோட்டி சன்னா.

"அமைச்சர் சுதர்மாவும் மக்களிடம் இருந்து பணம் பெற்று என் தந்தையிடம் தருவதாகக் கேள்விப்பட்டேனே? அப்பொழுது நாங்களும் கொள்ளைக்காரர்களா?" என்று புரியாமல் குழம்பினார் இளவரசர்.

"அப்படி இல்லை இளவரசே! கொள்ளைக்காரர்கள் மக்களைத் துன்புறுத்தி அவர்களிடம் உள்ள அனைத்தையும் பறித்துக்கொள்வர். மக்களை கொள்ளையர்களிடம் இருந்து காப்பது தங்கள் தந்தையின் பொறுப்பு. மக்களைக் காப்பதற்கு அவருக்குப் படைகள் வேண்டும். அந்தப் படைகளுக்கு மக்கள் செலுத்தும் காணிக்கைதான் வரி. அதனால், அரசருக்கு அன்பாகவே வரி செலுத்துவர்" என்று விளக்கினான் சன்னா.

ரதம் ஊரின் உள்ளே புகுந்து சென்றுகொண்டிருந்தது. அவர்கள் கடந்துசென்ற வழியில் ஒரு முதியவரைக் கண்டு, 'அவர் ஏன் அப்படி இருக்கிறார்?' என்று கேட்ட இளவரசருக்கு முதுமைப் பற்றி விளக்கினான் தேரோட்டி சன்னா. மேலும் நோய், மரணம் பற்றியும்

- அது எல்லோருக்கும் வரும் என்பதையும் அறிந்து மேலும்மேலும் ஆச்சர்யம் கொண்டார் உலகம் அறியாத இளவரசர் சித்தார்த்தர்.

பேசிக்கொண்டே ஊரின் எல்லையை அடைந்தது ரதம். காட்டுக்குள் செல்லும் பாதையில் நின்றுகொண்டிருந்த வீரன் ஒருவன் ஓடிவந்து ரதத்தின்முன் நின்றான்.

"இளவரசர் சித்தார்த்தருக்கு எனது பணிவான வணக்கங்கள்! மக்களைத் துன்புறுத்தி வந்த கொள்ளையர்கள் இருக்கும் இடத்தை, இந்தக் காடுகளில் ஆநிரை மேய்ப்பவர்களின் உதவியால் அறிந்துகொண்டோம். தாக்குவதற்கான ஆணை அரசரிடம் இருந்து ஏற்கனவே வந்துவிட்டது. தாங்களே நேரில் வந்தது வீரர்களுக்கு மேலும் உற்சாகத்தை அளிக்கும்" என்று இளவரசரை வணங்கி வீரர்களிடம் அழைத்துச் சென்றான் அந்த வீரர்களின் தலைவன்.

இளவரசரை நான்கு வீரர்கள் சூழ்ந்து காவல் புரிய, நாற்பது வீரர்கள் சூழ மெல்ல காட்டுக்குள் கொள்ளையர்களின் மறைவிடம் நோக்கி முன்னேறியது அந்தப் படை.

வீரர்கள் பிரிந்து பரவி கொள்ளையர்களின் மறைவிடத்தைச் சூழ்ந்துகொண்டனர். குகைபோன்ற அந்தப் பெரிய அமைப்பின் வெளிப்புறத்தை நான்கு கொள்ளையர்கள் காவல் புரிந்துகொண்டிருந்தனர். படைத்தலைவன் சைகை செய்த மறுநொடி வேகமாக உள்ளே புகுந்த வீரர்கள், சத்தம் எழாமல் அந்த நான்கு கொள்ளையர்களையும் குத்திச் சாய்த்தனர்.

குகைக்கு முன்னே ஒன்றுகூடிய அரசப்படை இளவரசரை சில வீரர்களுடன் வெளியே நிற்க வைத்துவிட்டு ஆயுதங்களுடன் உள்ளே புகுந்தது. அரசப்படை குகைக்குள் சென்ற சிறிதுநேரத்திற்கு எல்லாம் ஆயுதங்கள் மோதிக்கொள்ளும் சத்தம் பெரிதாகக் கேட்டது. பின்னர், ஆயுதங்களின் சத்தம் அடங்கி காயம்பட்டவர்கள் வேதனையில் புலம்பும் சத்தம் கேட்டது.

பிடிபட்ட கொள்ளையர்களுடன் வெளியே வந்தது அரசப்படை. அவர்கள் மக்களிடம் இருந்து கொள்ளையடித்தப் பொருள், பணம் அனைத்தையும் இளவரசர் முன் கொண்டுவந்து சேர்த்தனர் அரசப்படையினர். இறந்த வீரர்களின் உடல்களை மரியாதையாக சுமந்து வந்தனர் சிலர். இறந்துபோனக் கொள்ளையர்களின் உடல்கள் குகைக்கு வெளியே ஒரு மேடுபோல் குவிக்கப்பட்டது. பிடிபட்டக் கொள்ளையர்கள் கைகள் கட்டப்பட்டு இழுத்துச் செல்லப்பட்டனர்.

மக்களின் செல்வங்களோடு இளவரசரை ஊர்நோக்கி அழைத்துச் சென்றனர் வீரர்கள். மீட்கப்பட்ட செல்வங்களோடு பல

வருடங்களாக கோட்டையைவிட்டு வெளியே வராத இளவரசரும் தங்களிடம் வருவதை அறிந்த மக்கள் உற்சாக வரவேற்பு அளித்தனர்.

மக்களின் அன்பு மழையில் நனைந்தபோதும் இளவரசர் முகத்தில் உற்சாகம் இல்லை. போர் செய்த களைப்பாக இருக்கும் என்று மக்கள் அமைதியாக இருந்தனர். மாலை தங்களின் அடுத்த அரசருக்குப் பிரியாவிடை கொடுத்து அனுப்பினர் மக்கள்.

அரண்மனை நோக்கி ரதம் செல்லும் வழியில் இளவரசர் முகம் வாடியிருப்பதைத் தாங்கமாட்டாத சன்னா, "நான் எதுவும் தவறு செய்துவிட்டேனா இளவரசே?" என்று தயங்கியபடி கேட்டான்.

"நீ இன்று எனக்கு அறிமுகம் இல்லாத பல விசயங்களைச் சொல்லிக் கொடுத்திருக்கிறாய் சன்னா. அவற்றுள் பல எனக்குள் மேலும் கேள்விகளையே எழுப்புகின்றன. மதியம் நாம் கடந்துசென்ற தெருவில் நான்குபேர் சுமந்து சென்றார்களே, அவர் இறந்துவிட்டார் என்றுதானே கூறினாய்?"

"ஆம் இளவரசே"

"எதனால் அப்படிக் கூறுகிறாய்? உனக்கு எப்படி அது தெரியும்?"

"அவருடைய உடலைவிட்டு உயிர்ப் பிரிந்ததால் அவர் இறந்திருப்பார் இளவரசே! அவருடைய உறவினர்களின் துக்கத்தைக் கண்டே நான் உறுதியாகக் கூறினேன்."

"உயிர் என்பது என்ன? அது எங்கே இருக்கிறது என்று அறிவாயா சன்னா? அது இருக்கிறது என்று எவ்வாறு தெரிந்துகொள்வது? இல்லை என்று எப்படி உறுதிச் செய்வது?"

"சுவாசிக்கும் அனைத்திற்கும் உயிர் உண்டு என்று என் தந்தை எனக்குக் கூறியிருக்கிறார் இளவரசே! சுவாசம் மொத்தமாக அடங்கியபின் உயிர்ப் பிரிந்த உடல் மட்டுமே இருக்கிறது இளவரசே!"

"இன்று நடந்த சண்டையில் சிலர் சுவாசமின்றி இருந்தார்களே, அவர்களும் இறந்துவிட்டார்களா?"

"ஆம் இளவரசே! அவர்கள் சண்டையிட்டு இறந்துவிட்டனர்."

"சண்டையில் இவர்கள் இறந்ததற்கும், அந்த மனிதர் தன் வீட்டில் இறந்ததற்கும் என்ன வேறுபாடு? இறந்த அவர்களின் உயிர்கள் எங்கே? சுவாசம் எங்கே?" என்று அடுக்கடுக்காக இளவரசர்

சித்தார்த்தர் அடுக்கிய கேள்விகளுக்குப் பதில் தெரியாமல் விழித்தான் சன்னா. தனக்கு அதற்கான விடைத் தெரியாது என்று இளவரசரிடம் மன்னிப்புக் கேட்டுவிட்டுத் தொடர்ந்து ரதத்தை வேகமாக அரண்மனை நோக்கிச் செலுத்தினான்.

ரதத்தில் இருந்து இளவரசர் இறங்கிச் செல்லும்போது, "நான் இன்று கூறியவற்றில் ஏதேனும் தவறாக இருந்தால் இளவரசர் என்னை மன்னிக்கவேண்டும்" என்று வணங்கி நின்றான் சன்னா.

"நீ இன்று எனக்குள் பல கேள்விகளை விதைத்துள்ளாய் சன்னா. இவற்றுக்கான விடையை நான் நிச்சயம் தேடி அடைவேன்" என்று தன் அறைநோக்கி நடந்தார் இளவரசர் சித்தார்த்தர். வெகுதூரத்தில் இருந்த போதிமரம் ஒன்று காற்றில் குலுங்கி இலைகளை உதிர்த்தது.

∞

தேவதைக்கோட்டை
அகழ்வாராய்ச்சி